துணைநலம்

சிறுகதைத் தொகுப்பு

அல்லிஉதயன்

பாரதி
புத்தகாலயம்

Thunainalam (in Tamil)
Alliudayan
First Published: August, 2023
Published by
BHARATHI PUTHAKALAYAM
7, Elango Salai, Teynampet, Chennai - 600 018
Email: bharathiputhakalayam@gmail.com / www.thamizhbooks.com

துணைநலம்
அல்லிஉதயன்
முதல் பதிப்பு: ஆகஸ்ட், 2023
வெளியீடு:
பாரதி புத்தகாலயம்

7, இளங்கோ சாலை, தேனாம்பேட்டை, சென்னை - 600 018.
தொலைபேசி : 044-24332424, 24330024 | விற்பனை : 24332924

விற்பனை நிலையங்கள்
அருப்புக்கோட்டை: கதவுஎண் 49 A/4 மெயின் ரோடு, தெற்கு தெரு - 9994173551
ஈரோடு: 39: 39 ஸ்டேட் பாங்க் சாலை - 9245448353
கரூர்: நாரத கானசபா அருகில் (TNGEA OFFICE) - 9442706676
காரைக்குடி : 12, 2 வது தெரு, கம்பன் மணிமண்டபம் பின்புறம் - 9443406150
கும்பகோணம்: 352, ரயில் நிலையம் எதிரில் - 9443995061
குன்னூர்: N.K.N வணிக வளாகம் பெட்போர்ட்
கோவை: 77, மசக்காளிபாளையம் ரோடு, பீளமேடு - 8903707294
சிதம்பரம்: 22A / 18B தேரடி கடைத் தெரு, கீழவீதி அருகில் - 9994399347
செங்கல்பட்டு: 1 D ஜி.எஸ்.டி சாலை - 044 27426964 | **சேலம்:** 15, வித்யாலயா சாலை சாலை
சேலம்: பாலம் 35, அத்வைத ஆஸ்ரமம் சாலை 0427 2335952
தஞ்சாவூர்: காந்திஜி வணிக வளாகம் காந்திஜி சாலை - 9655542400
திண்டுக்கல்: பேருந்து நிலையம் - 9942331105, 9976053719
திருச்சி: வெண்மணி இல்லம், கரூர் புறவழிச்சாலை - 9994289492
திருநெல்வேலி: நவஜீவன் டிரஸ்ட் வளாகம், 48-B/10, அம்பை ரோடு, வீரமாணிக்கபுரம் - 9442149981
திருப்பூர்: 447, அவினாசி சாலை - 9486105018
திருவண்ணாமலை: முத்தம்மாள் நகர் | **திருவல்ல க்கேணி:** 48, தேரடி தெரு - 9444428358
திருவாரூர்: 35, நேதாஜி சாலை - 9442540543 | **நா ர்கோவில்:** 699 கே.பி.ரோடு R.V.புரம் - 9443450111
நெய்வேலி: பேருந்து நிலையம் அருகில், - 9443 9147
பழனி: பேருந்து நிலையம் அருகில் - 7010760693
பாண்டிச்சேரி : கிழக்கு கடற்கரைச்சாலை, இலாசுப்பேட்டை, 9486102777
பெரம்பூர்: 52, கூக்ஸ் ரோடு - 9444373716 | **மதுரை:** 37A, பெரியார் பேருந்து நிலையம் - 045 22324674
மதுரை: சர்வோதயா மெயின்ரோடு
வடபழனி: பேருந்து நிலையம் எதிரில் அடையார் ஆனந்தபவன் மாடியில் - 9444476967
விருதுநகர்: 131, கச்சேரி சாலை - 0456 2245300 | **வேலூர்:** பேஸ் III, சத்துவாச்சாரி - 9442553893

நினைத்த நூல்கள்... நினைத்த நேரத்தில்...
BharathiTV | www.bookday.in
thamizhbooks.com
8778073949

அச்சு : பிரிண்டெக், சென்னை - 600 005.

கையில்
கிடைக்கும்
புத்தகங்களை
கிடப்பில்
போடாமல்
உடனே
வாசிக்கத்
துவங்குவதைத்
தவிர
ஒரு பாவமும்
அறியாத
என்
தந்தைக்கு

சொற்களின் பணியாள்

இது எனது ஏழாவது நூல். முதல் இரண்டு புத்தகங்கள் நான் நடத்திய உண்ணாமலைப் பதிப்பகத்தின் மூலம் வெளிவந்தன. இப்போது வருகிற 'துணைநலம்'உள்பட ஐந்து புத்தகங்களைப் பாரதி புத்தகாலயம் வெளியிட்டிருக்கிறது.

எனக்கான சிறு வாசகப் பரப்பை விரிவுபடுத்தும் உதவிக்கரமாக பாரதி புத்தகாலயம் நிகழ்வதில் மட்டற்ற மகிழ்ச்சி!

நாற்பதாண்டுகளைத் தாண்டி எழுதிக் கொண்டிருந்தபோதிலம் லாவகமாய் எழுதிச் செல்லும் போக்கு இன்னும் கைவராமல் இருப்பதை ஒப்புக் கொண்டே ஆக வேண்டும்.

'வாசகனைக் கட்டிப்போடும் எழுத்துக்கள்'என்று பேசுவதும் நினைத்துக்கொள்வதும் தமிழ்கூறும் நல்லுலகில் நிகழ்கிற ஒன்றுதான். மனப்பரப்பில் கட்டற்ற முறையில் குவியும் சொற்களை பொருத்தப்பாட்டுடன் பயன்படுத்துவதில்தான் ஒரு படைப்பாளியின் வெற்றி அடங்கியிருக்கிறது.

பொதுவில் சிறுகதைவடிவம் என்பது படைப்பிலக்கியக்காரனுக்கு சர்க்கரைப் பொங்கலாய் வாய்த்திருக்கிறது. தன்னை ஒப்புக்கொடுத்துக் கொண்டு வாசகனையணம் தன்னுள் ஐக்கியப்படுத்திச் சொல்லம் கதைகள் வெல்லற்கரிய சக்தியைப் பெற்று விடுகின்றன.

உரியதைச் சேர்த்து கலவையாய்த் தருவதில்தான் அதன் சுவை அடங்கியிருக்கிறது. சொற்களின் பணியாள் என்கிற புரிதலுடனே எனது பயணம் தொடர்கிறது. சொல்ல வந்ததை-எழுத நினைத்ததை கனகச்சிதமாய்ச் சொல்வதற்கே உயிர் வாழ்வதாய் உணர்வு தட்டுகிறது.

காலத்தால் அழியாத காவியம்: ஓவியம் என்றெல்லாம் நிர்ணயித்துச் சொல்வதெல்லாம் என்னைப் பொறுத்தவரை நம்பிக்கை சார்ந்ததே! உண்மையில் செய்ய வேண்டியது; செய்திருக்க வெண்டியது வேறொன்றாகவும் இருக்கிறது.

ஒரே ஒரு கதையெழுதி நினைவில் நிற்பவர்களும் உண்டு. ஓராயிரமாய் எழுதியும் படைப்பாளியின் பேர் மட்டுமே நின்று படைப்புக்கள் நிற்காமல் போவதும் உண்டு.

'பெயர் சொன்னாலே போதும்; தரம் எளிதில் விளங்கும் என்று விளம்பரங்களில் வருவது போல், தேர்ந்த படைப்புகள் ஒன்றிரண்டேனும் நினைவுக்கு வர வேண்டும்.

புதுமைப்பித்தன், கு.அழகிரிசாமி, ஜெயகாந்தன், ஜெயந்தன் பூமணி, பா.செயப்பிரகாசம், வண்ணநிலவன், வண்ணதாசன், கந்தர்வன், மேலாண்மை பொன்னுச்சாமி, ச.தமிழ்செல்வன், சு. வெங்கடேசன், அ.வெண்ணிலா, எஸ்.ராமகிருஷ்ணன், தேனிசீருடையான், ம.காமுத்துரை, எஸ்.செந்தில்குமார், சு. வேணுகோபால் என பெயர்கள் நினைவுக்கு வரும்போதே அவர்களின் முத்தாய்ப்பான படைப்புக்கள் சிலவும் நினைவுக்கு வரவே செய்கின்றன.

இந்த வரிசையில் நினைக்கப்படும் கதைகள் என்னிலும் உண்டு. அந்த நம்பிக்கைதான் படைப்புக்களத்தில் மல்லாடும் துணிவைத் தந்திருக்கிறது.

என்ன நிலை நிறுத்துவதில் தனி அக்றை கொண்டிருக்கும், பாரதி புத்தகாலயத்திற்கும் தோழர்.க.நாகராஜன் அவர்களுக்கும் நெஞ்சார்ந்த நன்றிகள்.

1980-களில் தமுஎகசவின் சக மாநிலக்குழு உறுப்பினராகவும், சிறுகதைப் படைப்பாளியாகவும் அறிமுகம் தொடங்கி நாற்பதைத் தொடும் ஆண்டுகளிலும் பசுமை மாறாத அன்புடன் அணிந்துரை வழங்கிச் சிறப்பித்திருக்கிற தோழர் கமலாலயன்,

தமிழ்நாடு முற்போக்கு எழுத்தாளர் கலைஞர்கள் சங்கத்தின் ஆகப்பெரிய ஊக்குவிப்பு என்னை வார்த்திருக்கிறது.

'நன்றி சொல்லவே எனக்கு வார்த்தை இல்லையே'என்கிற பாடல்தான் நினைவுக்கு வருகிறது.

அன்புடன்

அல்லி உதயன்
1580, ஸ்டாலின் தெரு
அல்லிநகரம் (தேனி) -625 531
செல்: 8695732199

இணக்கமும் எதிர்விளைவுகளும்

அல்லி உதயன் கதைகளின் உலகம் – ஒரு வாசிப்பு

தேனி நகரிலிருந்து கலை, இலக்கியம், திரைப்படம் உள்ளிட்ட பல்வேறு துறைகளிலும் கால்கள் பதித்து தமிழ்கூறு நல்லுலகின் கவனத்தை ஈர்த்திருப்போர் பட்டியல் மிகப்பெரிது.தேனி சீருடையான் இலக்கிய உலகிலும், பாரதிராஜா திரையுலகிலும் தடங்களைப் பதித்திருக்கிறார்கள். உமர் பாரூக் இலக்கியம், மருத்துவம், தொல்லியல் போன்ற பல துறைகளில் ஏககாலத்தில் தடம் பதித்து வருகிறார். ம. காமுத்துரை ஏழு நாவல்கள், பதினொரு சிறுகதைத் தொகுப்புகள் போன்றவற்றை எழுதி வெற்றிகரமான எழுத்தாளராக வலம் வருகிறார். இவர் சமீபத்தில் விஜயா பதிப்பக வாசகர் வட்டம் சார்பில் பெற்ற சிறந்த நாவலுக்கான விருது உள்பட இருபதுக்கு மேற்பட்ட விருதுகள் பெற்றிருக்கிறார்.அடுத்து நீண்ட காலமாக எழுதி வரும் அல்லி உதயன் சமீபகாலமாகத்தான் இலக்கிய உலகின் கவனத்தில் பதியத் தொடங்கியிருக்கிறார்.இதுவரை நான்கு கதைத்தொகுதிகளும்,ஒரு நாவலும் இவரின் எழுத்தில் வெளிவந்தவை இப்போது நம் கரங்களில் தவழும் துணை நலம் தொகுப்பு இவரின் எழுத்துப்பயணத்தில் ஒரு குறிப்பிடத்தக்க மைல் கல்லாகத் திகழவிருக்கிறது.

தேனி நகரம் சுற்றிலும் மலைகளுக்கு நடுவே அமைந்துள்ள ஒரு பெருநகரம். கம்பம், குமுளி, போடி போன்ற பல மலைகள் நிறைந்த நகர்களுக்கு நடுவேயுள்ள இந்த நகரத்தின் மக்கள் உழைப்பாளிகள். காலம் பூராவிலும் உழைத்தே உருக்குலைந்த பின்னும் என்றாவது ஒரு நாள் விடிவு வரும் என்று நம்புகிற மக்கள். தானியங்கள்,பழங்கள்,மலைபடு பொருள்கள் போன்றவற்றை விவசாயிகளிடம் இருந்து விலைக்கு வாங்கி,கொஞ்சம் கூடுதல் தொகையை நிர்ணயித்து பெரிய கமிஷன் மண்டிகளுக்கும்,பெரிய பலசரக்குக் கடைகளுக்கும் விற்றுக் கிடைக்கிற தரகு வருமானத்தில் வாழ்க்கை நடத்துகிற எளிய மக்கள்.ஒரு பிரபலமான திரைப்பட இயக்குநர் இந்த நகரிலிருந்து உருவாகிப் புகழ் பெற்ற பின், திரைப்படங்களிலும்,

தொலைக் காட்சித் தொடர்களிலும் நடித்துச் சம்பாதித்து வாழ்ந்து வரும் ஒரு பிரிவினரையும் இந்த நகரம் தன்னகத்தே கொண்டிருக்கிறது.அல்லி உதயனும் அத்தகைய உழைப்பாளிதான் என்பதால் தனது சொந்த அனுபவங்களில் சந்தித்த மனிதர்களையே கதாபாத்திரங்களாக உருமாற்றி அவர்களுடைய அனுபவங்களின் சாரத்தைத் தனது படைப்புகளில் பிழிந்து தரும் கலைஞராக வாழ்ந்து வருகிறார். தனது சமுதாய மக்களின் அனுபவங்களை நேரடியாகப் பார்த்து எதிர்வினைகளாற்றும் போது, இணக்கமாகவும், எதிர்நிலை எடுத்தும் வினை புரிகிறார்.சக மக்களின் மீது நிரம்பித் ததும்பும் பரிவும், அக்கறையும் அவரை எழுதுமாறு தூண்டுகின்றன. த.மு.எ.க. சங்கம் உள்ளிட்ட இலக்கிய அமைப்புகளில் தொடக்க காலத்தில் இருந்தே உறுப்பினராயிருந்து செயல்படும் ஒருவர்.

இந்தக்கதைகளைப் பத்திரிகைகளில் வந்த போதே அவ்வப்போது படித்து வந்தவன் நான்.குறிப்பாகத் தினமணி கதிர் வார இணைப்பில் தொடர்ந்து எழுதி வருபவர் அல்லி உதயன். வாழ்வாதாரங்களை இழந்து விட்டு அல்லது அதீத நம்பிக்கைகளின் விளைவாக இருந்த வாழ்வாதாரங்கள் அனைத்தையும் தங்களுக்குத் தொடர்பில்லாத கடை,வியாபாரம் போன்ற முயற்சிகளில் தொலைத்து விட்டுத் தற்கொலைதான் வழி என்று வாழ்க்கையை முடித்துக் கொள்ளக் கிணறுகளைத் தேடி அலையும் குடும்பமொன்றின் கதை பிடிமானம். இவர்களைப்போலவே தற்கொலை செய்து கொள்ள வரும் ஓர் இளம் காதல் ஜோடியைத் தற்செயலாகப் பார்த்துப் பேசி பரஸ்பரம் ஒருவர் இழந்த நம்பிக்கையை மற்றவரிடமிருந்து பெற்றுக்கொண்டு மீண்டும் வாழத் திரும்பும் குடும்பத்தின் கதை இது. வாசிக்கும் நமக்கும் நம்பிக்கையை விதைக்கவும் கூடும்.

தானிய மூடைகளைக் கிராமங்களில் அலைந்து வாங்கி கமிஷன் மண்டிக்கு அனுப்ப வரும் நரேந்திரனுக்கு அன்று ஒரு சோதனையான அனுபவம். ஒரேயொரு டீ குடிக்கவும் வழியில்லாமல், கடை கண்ணி எதுவுமில்லாத ஒரு குக்கிராமத்தில் மாட்டிக் கொள்கிறான் அவன். வேலை முடியவே மாலை மூன்று மணியாகி விட்டது. அதற்கு மேல் மறுபடி பசிக்களைப்புடன் மூன்று கிலோ மீட்டர் நடந்து போய் மெயின் ரோடில் பஸ் பிடித்து விருதுநகருக்குப் போவதற்குள் மயங்கி விழ நேருமோ என்று அஞ்சுகிறான். தானியத்தை விற்பதற்கு இவனை அழைத்திருந்த விவசாயியின் வீட்டில் மதிய உணவு தயாரித்து

முடித்தபின்,இவனை சாப்பிடுமாறு அழைக்கிறார் அவர்.'' இந்த ஊரில்தான் டீக்கடை கூட இல்லையே,எந்த சால்ஜாப்பும் சொல்லித் தப்பிக்க முடியாதே..'' என்று சொல்லி சிரிக்கிறார் அந்த விவசாயி. உறவினர் வீட்டு விசேஷங்களுக்கு மொய் எழுதியும்,தன் வீட்டு விசேஷங்க ளுக்கு அவர்கள் அவ்வளவு பேரிடமிருந்தும் மொய் வாங்கியும் செய்முறைக ளிலேயே காலங்கக்கழித்து வரும் கணேசன்-தேவகி இணையரின் வாழ்க்கைக் கதை ஒரு சிறுகதையாகியிருக்கிறது.தாழ்த்தப்பட்ட ஒருவனைக் காதலித்துத் தன் கணவனை விட்டு விட்டுக் காதலனுடன் வாழப்போய் விட்ட ஒரு மனைவியைப் பிரிந்து, ஊராரின் முகங்களில் விழிக்கவும் அஞ்சுகிற கதிரேச னின் நண்பர்,தன் சொந்த மகளின் காதலும் அதே போலத்தான் என்று அறிந்ததும் உபதேசம் செய்யும் நிகழ்வும் ஒரு கதையாகியுள்ளது.

அரசு அலுவலகங்களில், காவல் நிலையங்களில் தமது சிக்கல்களுக்குத் தீர்வுகளைக் காண,கரை வேட்டிக்காரர்களை நம்பி ஏமாறும் பாமர மக்களின் மனக்குமுறல்கள் இன்னொரு கதையின் மையமாகியுள்ளன.இரு குடும்பங்களின் பிள்ளைகள் அக்கம்பக்க வீடுகளில் ஒண்டுக் குடித்தன வாழ்வில் அல்லலுறும் போது,பெற்றோர்களும் மோதிக்கொள்ளும் நிலை உருவாகிறது. ஒன்றாக விளையாடி மகிழும் பிள்ளைகளில் ஒருவர் ஏதோ தவறிப் போய் இன்னொரு குழந்தையின் காயத்துக்குக் காரணமாகி விடும் போது, அது பெரும் மோதலாகி ஒரு குடும்பம் வீடு மாற்றி விடுவதென்ற முடிவை எடுக்கும் அளவுக்குப் பெரிதாக்கி விடுகிறது. எனினும், வீடு மாற்றி கிளம்பப் போகையில் நாமும் அவசரப்பட்டு விட்டோமோ,கொஞ்சம் விட்டுக் கொடுத்து இணக்கமாகப் போயிருக்கலாமோ என்று அந்தக் குடும்பம் யோசிக்கிறது.'' சரி, அடுத்த தெருதானே, குழந்தைகளை அங்கே அழைத்துப் பாடம் சொல்லித் தந்து எப்போதும் போல் நல்லிணக்கத்துடன் வாழலாம்தானே'' என்ற முடிவை எடுக்கிறது அந்தக் குடும்பம்.

இப்படி, ஒவ்வொரு கதையையும் சொல்லிக் கொண்டே போகலாம். அது வாசகர்களின் வாசிப்புக்குத் தடையாகி விடும். ஒவ்வொன்றையும் வாசிக்கும் ஒவ்வொரு வாசகரும், இந்தக்கதைகளின் பொருத்தம் அல்லது பொருத்தமின்மை பற்றித் தமது சொந்த முடிவுகளை எடுப்பதே சரி. கோடி காட்டும் வகையில் சில கதைகளைப்பற்றி மட்டும் நானும் ஒரு வாசகன்

என்ற முறையில் இங்கே என் கருத்துகளைப் பகிர்ந்திருக்கிறேன். அல்லி உதயனின் படைப்புலகம் எளிமையானது; உழைக்கும் வர்க்க அரசியலை உள்ளீடாகக் கொண்டிருப்பது. ஆர்ப்பாட்டங்கள் ஏதுமின்றி நம்பகத்தன்மை மிக்க முறையில் அந்த மக்களின் வாழக்கைக் கதைகளைப் பேசுவது. அவற்றை வாசிப்பதன் மூலமே நாம் அவருடைய கதையுலகம் யாரைப்பற்றிக் கரிசனம் கொண்டிருக்கிறது என்பதை உணர முடியும். நேற்று வரை நாமும் இதே ஊரில் இந்த மக்களிடையேதானே வாழ்ந்திருந்தோம், இந்த வாழ்க்கையைக் காணாமல் நாம் இருந்திருக்கிறோமே என்று மறுக வைக்கும் கதைகள் இவை.

அல்லி உதயன் இன்னமும் போதிய அளவுக்குக் கவனம் பெறாத ஒருவர். முதல் தொகுப்பைக் கொண்டுவர வேண்டும் என்று இவரிடம் மன்றாடி சம்மதிக்குமாறு செய்வதற்கு நான் பட்ட பாடுகள் அதிகம். அந்த முதல் தொகுப்புக்குப் பின்,சீரான முறையில் இவரின் தொகுப்புகள் தொடர்ந்து வருவது மகிழ்வளிக்கிறது.

கமலாலயன்
04-05-2023

உள்ளடக்கம்

1
உபதேசம்

‘கதிரேசன் சார்... கதிரேசன் சார்...’ அவரது அழைப்பைப் பொருட்படுத்தாமலேயே கதிரேசன் சார் கடந்து சென்றார்.

மாதக்கணக்கில் பொறுத்திருந்து விட்டு இந்த அழைப்பை அவர் விடுத்தார்.

போகும் போதும் வரும் போதும் தவறாமல் ஒரு புன்னகை; ஒரு கையசைப்பு; ஒரு தலை குலுக்கல் என இருந்த கதிரேசன் சார், இப்போதெல்லாம் ஒரேயடியாய் மாறிப் போயிருந்தார்.

கதிரேசன் சாருடைய மனைவியின் தலை தெரிந்தும் வெகு நாட்களாகி விட்டன. அவர்கள் வீட்டைக் காலி செய்து போவதற்கான முகாந்திரம் இருக்கிறது என்றும் தெருவில் பேசிக் கொண்டார்கள்.

வீடற்றவர்கள் தான் தெருவிற்கு ஒரு வீடென மாறிக் கொண்டிருக்க வேண்டும்; அது அவர்களது சொந்த வீடு. ஆசை ஆசையாய்ப் பார்த்துப் பார்த்துக் கட்டிய வீடு. லேசில் ஒருவர் கைவிட விரும்பாத வீடு.

தெருவில் முதல் தெளிப்பு; முதல் கோலம் எனத் துவங்குகிற அதிகாலை அவர்களுடையது கடந்து செல்கிற ஒவ்வொருவரையும் திரும்பிப் பார்க்கச் செய்கிற கோலங்களைக் கதிரேசன் சாருடைய மனைவி வரைந்து செல்வாள்.

அந்தத் துறுதுறுப்பும் விறுவிறுப்புமின்றி மூதேவியின் வீடாக அது மாறி நிற்கிறது.

வீட்டுக்கு வீடு; ஆளுக்கு ஆள் எனக்கிளம்பி நிற்கிற பேச்சுகளுக்கு அஞ்சியே அவள் கண் மறைந்திருக்கக் கூடும்.

கிராமமும் அல்லாத நகரமும் அல்லாத அந்த ஊரில் இருவர் சேர்ந்து கொள்வதை ஓடிப் போனதாக எடுத்துக் கொள்ளும் பரபரப்பு தீர்ந்த பாடில்லை.

அவர் மனைவியிடம் வருத்தப்பட்டார்.

‘கதிரேசன் சார் எவ்வளவு அருமையாப் பேசுவார்; எங்குன கண்டாலும் நிறுத்தி விசாரிப்பார்; ரொம்ப நாகரீகம் தெரிஞ்ச ஆளு. ஆனா இந்த விஷயத்த ஏ இவ்வளவு சீரியஸ்ஸா எடுத்துகிறார்னு தெரியலியே..'

மகேஸ்வரி அவரது தலையைக் கோதி, உச்சுப் பிடியாய் ஒரு இழு இழுத்து விட்டு விட்டுச் சொன்னாள்; ‘அவர் நெலயில நீங்க இருந்தாத்தேந் தெரியும்..'

‘இதச் சொல்றதுக்கு இப்புடியா?.. கொஞ்சந்தே முடி இருக்கு.. அதையும் வேர்ப் புடுங்காப் புடுங்கிருவ போல்ருக்கு..' என்றவாறு அவளிடமிருந்து விலகிக் கொண்டார்.

‘ஒங்க செம்மத்துல அந்த வீதி வழியா நடந்துருக்கீகளா?... நாங் கூட எத்தனையோ தடவ அந்தப் பக்கமாப் போயிருக்கே.. நீங்க என்னடான்னா வீச்சம் கொடலப் புடுங்கிரும்னு ஏழு தெருவச்சுத்தி ரோட்டுக்குப் போவீக.. நீங்க சொல்றீக.. அவரு ஏ சீரியஸ்ஸா எடுத்துக்கிறார்னு.. எல்லாம் பட்டாத்தேந் தெரியும்...' என்றாள்.

அவர் அமைதியாய், மனைவியைப் பார்த்துக் கொண்டிருந்தார். அவள் எழுந்து செல் லைட்டுடன் மெழுகு வர்த்தியைத் தேடி அடுப்பங்கரைக்கு ஓடினாள்.

ஒரே புழுக்கமாயிருந்தது. அவர் தூங்கத் துவங்கியிருந்த பிள்ளைகளைப் பார்த்தார். ஒருத்தி பி.ஏ மூன்றாம் ஆண்டில் இருக்கிறாள். இன்னொருத்தி எம்.ஏ இரண்டாம் ஆண்டு படிக்கிறாள். பையன் எம்.பி.ஏ முடித்துவிட்டு சென்னையில் கம்பெனி ஒன்றில் வேலை பார்க்கிறான்.

அவர் எழுந்து மொட்டை மாடிக்குச் சென்றார். இனி எப்போது வரும் என்று தெரியாமல் மின்சாரம் போயிருக்கிறது. ஓரிரு ஆண்டுகளாகவே இது பழகிவிட்டது. ‘மின்சாரம் கண்டு பிடிக்காத காலத்தில் எல்லாருமே இருளில் தானே இருந்திருக்கிறார்கள்' என்று நினைத்துக் கொண்டார்.

மனைவியின் சொற்கள் அம்புகளாய்த் தைக்கத் துவங்கியிருந்தன் ‘எல்லாம் பட்டாத்தாங்க தெரியும்..'

கதிரேசன் சார் மனதில் வந்து கொண்டே இருந்தார். அவரை எளிதில் நிறுத்திச் சமாதானப்படுத்தி விடுவதற்கான தகுதி தனக்கு இருப்பதாக அவருக்குத் தோன்றவில்லை.

காதும் காதும் வைத்த மாதிரியே மகளிடம் நடந்து கொண்டு விட்டு, கதிரேசன் சாரிடம், ‘இதெல்லாம் இந்தக் காலத்துல சகஜம்’ என்று சமாதானப்படுத்த விரும்புவது குறித்து தன்னைத்தானே வியந்து கொண்டார்.

கதிரேசன் சாருடைய வீடு அங்கிருநது பார்க்கவே தெரிகிறது. மொட்டை மாடியில் உலவும் பழக்கம் அவருக்கு இருக்கிறது. ஆனால் ஒரு மாதத்திற்கு மேலாக அப்படி அவரைப் பார்க்க முடியவில்லை. மின்சாரம் போன இரவுகளில் கூட புழுங்கிக் கொண்டே உள்ளிருக்கப் பழகிக் கொண்டார் போலும் என்று நினைத்து கொண்டார்.

மொட்டைத் தலைக்கும் முழங்காலுக்கும் முடிச்சுப் போடுவதைப் போல் தான் அந்தப் பந்தம் ஏற்பட்டிருக்கிறது. எங்கிருந்தார்கள், எப்பிடிச் சந்தித்துக் கொண்டார்கள்; எப்பிடி இணைந்து சென்றார்கள்என்று ஊரே கேட்டுக் கொண்டேதான் இருக்கிறது. தெருவில் இதை விட சுவாரஸ்யம் தரும் இன்னொரு விஷயம் இன்னும் நடந்துவிடவில்லை தான்.

மகேஸ்வரிதான் முதலில் சொன்னாள்; ‘அந்த மாட்டுக்கறிக் கடைக்கார மகனோட முத்துலட்சுமி மக ஓடிப் போயிட்டாளாமில்ல..’

‘யாரு?.. எந்த முத்துலட்சுமி?...’

‘ஆமா.. ஒங்களுக்கு ஒண்ணுமே தெரியாது.. இந்தத் தெருவுல ஏழு முத்துலட்சுமியா இருக்காளுக.. அதே ஒங்க பிரண்டு.. ஆத்ம நண்பர்.. கதிரேசன் சாருடைய சம்சாரம் முத்துலட்சுமி’

‘அப்படியா?...’

‘ஆமங்க..’ என்று கதை சொல்ல ஆரம்பித்தாள் மகேஸ்வரி.

‘காதலுக்குக் கண்ணில்..ல மூக்கில்லேங்குறதெல்லாம் இந்தக் கழுதைகள வச்சுச் சொல்றதாத்தே இருக்கும் போல்ருக்கு சாதிபாத்துக் காதல் வர்றதில்லதே.. ஆனா ஒரு நா ஒரு பொழுதாவது ஒங்கப்பா என்னா வேல பாக்குறார்னு கேட்டுட்டுக் காதலிச்சிருக்கக் கூடாதா?.. கடைசீல இப்புடி அடிமாடுகள அறுத்துப் பொழைக்கிறவ மகனோடல்ல ஓடிப் போயிருக்கா..’ என்று தொடர்ந்தாள்.

‘கொஞ்சம் ஒசந்த சாதீன்னா பரவால்லேங்குறியா?’

‘அதெப்புடிங்க.. ஒரு சாதிக்குள்ள இல்லேன்னாலே கொஞ்சம் நறுக்குப்பட்டுக்கிட்டுத்தான இருக்கும்...'

கீழே வெளிச்சம் தெரிந்தது. செல்லில் மீண்டும் மணி பார்த்தார். பதினொன்று ஆகி இருந்தது. மொட்டை மாடியை விட்டு இறங்கினாலும் உடனே தூக்கம் வந்து விடும் போல் இல்லை. மகேஸ்வரி தேடிக் கொண்டு வருவதற்குள் தூங்கி விட்டால் நல்லது.

கதிரேசன் சாருடைய மகளுடன், புவனாவிற்கு நல்ல பழக்கம் இருக்கிறது. இருவரும் சேர்ந்தேதான் காலேஜ் பஸ்ஸைப் பிடிப்பார்கள். தெருவில் ஒன்றாகச் செல்வதைப் போல் காலேஜிலும் ஒன்றாகவே இருப்பார்கள் என்கிற அடையாளங்கள் இருவரிடமும் இருந்தன.

மாட்டுக்கறிக்கடைக்காரனின் மகனுடன், கதிரேசன் சார் மகள் சிநேகம் கொண்டிருந்ததை ஒரு வேளை அவர் கண்டிருந்தால், தன்னைப் போலவே கண்டித்து கையில் காலில் விழுந்து ஓடிப் போவதைத்தவிர்த்திருப்பார் என்று தோன்றியது.

எதேச்சையாக ஒரு நாள் இருவரையும் ஆண்டிபட்டியில், ஒரு ஹோட்டலில் எதிர்கொண்டார்.

‘அப்பா...' என்று திகிலுடன் பார்த்தாள் புவனா.

அவளுக்கு வேர்த்துக் கொட்டியது. ‘யாரு.. இந்தப் பைய..' பாய்ந்து தாக்கும் புலியின் வேகம் அவரிடம் இருந்தது.

பொது இடம் கருதி வேகத்தைத் தணித்துக் கொண்டார்.

‘ஏங் கூட காலேஜீல படிக்கிறார்ப்பா..'

‘காலேஜுல படிக்கிறது சரி.. ஆனா ஒங் கூட வர ஒரு பொம்பளப் புள்ள கூட இல்லியா?..' எரித்து விடுவதைப் போல் மகளைப் பார்த்தார்.

‘அப்பா...' என்றாள் புவனா.

‘சமாதானமெல்லாம் வேண்டியதில்ல.. எங்க சாவுக்குச் சங்கு ஊதிராத..' அவர் சொன்னதும் அவள் பொல பொலவென்று கண்ணீர் விட்டாள்.

‘தம்பி.. அப்பா என்ன பண்றாரு..' இது தேவையில்லாத கேள்வி; என்றாலும் கேட்டார்.

‘பன்னி வளர்ப்பு..'

‘பீ திய்ங்குற பன்னியா?'

அவன் அமைதியாக நின்றான்.

‘ஜாக்கிரத..' என்று மட்டும் சொல்லி விட்டு மகளை அழைத்துக் கொண்டு நடந்தார்.

ஆடறுத்தல், மாடு வெட்டுதல், பன்றி வளர்ப்பு சிகையலங்காரக் கடை என்று எல்லாரும் எல்லாத் தொழில்களுக்கும் வந்து விட்ட காலத்தில் தாம் இருக்கிறோம் என்பதை அவர் மறந்து விட்டிருந்தார்.

பஸ்நிலையம் செல்லும் வழியெல்லாம் புவனா அழுது கொண்டே வந்தாள். ‘தெருவுல அழுகாத..' என்று மட்டும் இரண்டு மூன்று முறை சொன்னார். 'ஒங் கொம்மாவுகுத் தெரிஞ்சா ஒரே நொடியில உயிர வுட்ருவா.. போயும்.. போயும்..'

புவனா வேகமாக இடைமறித்தாள்; ‘அப்பா பேச்ச வுடுங்க.. நீங்க ஆயிரந் தடவ சொல்வீக.. செய்யும் தொழிலே தெய்வம்.. அதில் திறமை தான் நமது செல்வம்னு..'

‘அதுக்காக..?'

‘அதே செத்துருவேன்னுட்டீகள்ல.. இனி என்ன பேச்சு வேடிக் கெடக்கு..'

மகளைத் திடமாக அவரால் எதிர்கொள்ள இயலவில்லை. ஆனால் இனி அந்தப் பையனைத் திரும்பியும் பார்க்க மாட்டாள் என்று தோன்றியது.

மகேஸ்வரி அறியாமல் தான் பெற்ற மகத்தான வெற்றி என்று நினைத்துக் கொண்டார். செத்து விடுவோம் என்கிற ஒரு அஸ்திரம் போதும் காதலை முறிப்பதற்கு.

‘என்ன இம்புட்டு நேரமா மொட்ட மாடீல ஒலாத்திக்கிட்டுத் திரியுறீக... நேரம் பன்னண்டாகப் போகுது.. வந்து படுங்க...'

‘தூக்கம் வரல..?'

‘அதெல்லாம் வந்து படுங்க.. தானா வந்துரும்...'

‘வரும்னு தோணல..'

‘அப்புடி என்ன நெனப்பு?...'

‘எதுக்குன்னே தெரியல... அந்தக் கதிரேசன் சார் நெனப்பு மட்டும் வந்துக்கிட்டே இருக்கு..'

‘வராம பின்ன..'

அவருக்கு ஒன்றும் விளங்கவில்லை. தன் மனசை அவள் படிக்கிறாள் என்று மட்டும் தெரிந்தது.

‘நீங்க அவருக்கு உபதேசம் பண்ணனும்னு நெனைக்கிறீக.. விடுங்க.. ஒரு ஆணும் பெண்ணுந்தானே சேர்றாக.. ஆடும் மாடுமா சேருதுன்னு சொல்லி சமாதானப்படுத்தலாம்னு பாக்குறீக...'

அவர் மௌனமாக நின்றார். மகேஸ்வரி தொடர்ந்தாள்; ‘தன்னோட மக அவரோட மகள விடக் கீழ்த்தரமானவனோட சேரப் பார்த்தத நாலாம் பேருக்குத் தெரியாமத் தடுத்துட்டோமே... இப்ப எந்த மொகத்தோட அவருகிட்ட ஞாயம் பேசுறதுன்னு தவிக்கிறீங்க..'

அவர் அதிர்ந்து போய் நின்றார். ஒவ்வொரு சொல்லும் கொல்லும் அம்புகளாய்ப் பாய்ந்து கொண்டிருந்தன.

‘ஒங்களுக்கு ஒரு மண்ணுந் தெரியாதுங்க.. ஒரு பொண்ணோட மனச இன்னொரு பொண்ணாலதே புரிஞ்சுக்க முடியும்னு சும்மாவா சொன்னாங்க... அதுலயும் நாந் தாயில்லையா?...' மகேஸ்வரி இடதும் வலதுமாக அவரைத் தாக்கிக் கொண்டிருந்தாள்.

- வண்ணக்கதிர் - 2012

2

பதிலுக்குப் பதில்

தன்னைத் தவிர அனைவரது கவனமும் தொலைக்காட்சிப் பெட்டியில் விழுந்திருப்பதாகக் கணேசன் நினைத்துக் கொண்டான். உடனடியாகத் தூக்கம் கண்களைத் தழுவுவதாகவும் இல்லை. பெருத்த இரைச்சலின்றி அளவான குலுங்கலுடன் வண்டி கணவாயில் ஏறிக் கொண்டிருந்தது. கம்பம் சென்றடைவதற்குள் நள்ளிரவாகி விடும்.

தொலைக்காட்சிப் பெட்டி வைக்கப்படாத வண்டிக்காகக் காத்திருந்ததில் மணிக்கணக்கில் விரயமானது. ஓர் அமைதியான பயணம் என்பதே கேள்விக் குறியாகி விட்டது.

விரும்பும் வரைவில் பார்த்திருந்து விட்டு பலர் உறங்கத் துவங்கினர். அடிதடி, சண்டை, வெட்டுக்குத்தில் முக்கால் வாசிப்படம் இருந்தால் போட்ட காசுக்கு மேல் எடுத்துவிடலாம் என்று இயக்குனரும், தயாரிப்பாளரும் நினைத்திருக்கக் கூடும்.

மதுரையிலிருந்து இப்படி ஒரு மணி நேரம் வந்ததே தன் மன வலிமையைப் பொறுத்த விஷயம் என்று நினைத்துக் கொண்டான். சொந்தக் கார் இருந்தாலொழிய இப்படி ஓர் அவஸ்தையிலிருந்து மீள்வதற்கு வழி இல்லை என்று தோன்றியது.

சிறு சிறு குலுங்கல்களின் போது தேவகி தோளோடும், கன்னத்தோடும் உரசிப் போனாள். அவளுக்கு ரொம்பவும் பிடித்த படங்களில் இதுவும் ஒன்று என்று ஏற்கனவே சொல்லியிருக்கிறாள் பின் எதற்காக சீட்டில் அமர்ந்ததும் தூங்கிப் போனாள் என்பது தெரியவில்லை. உலகத்தில் இல்லாத தூக்கம் எல்லாம் சிலருக்குப் பஸ் ஏறியதும் வந்து விடுகிறது.

தேவகி விழித்தால் வாய் ஓயாமல் பேசிக் கொண்டே இருப்பாள். சில சமயங்களில் அது சிணுங்கல் மினுங்கல்களில் முடிந்து விடும். சண்டையும் வந்து விடும். அவள் இன்னும் நன்றாகத் தூங்கி இடித்து விழுந்தால் கூடப் பரவாயில்லை என்று நினைத்துக் கொண்டான்.

இன்றைக்குப் பார்த்து இரண்டு 'செய்முறை'கள். மதுரையில் இருவரும் போயே ஆக வேண்டும் என்றிருந்தது. வருஷத்தில் பாதி நாட்கள் 'செய்முறை'களில் தான் கழிகிறது. மனிதர்கள் 'தேமே' என்றிருப்பதற்குப் பதில் எதையாவது செய்து கொண்டே இருக்கிறார்கள்.

தேவகிக்கு இதில் தீவிர ஈடுபாடு இருந்தது. ஆயிரத்துக்கு ரெண்டாயிரம், ரெண்டாயிரத்துக்கு மூணாயிரம் என்று கொடுத்துக் கொண்டே இருக்க வேண்டும் அவளுக்குஆனால் இதற்கான பணம் எங்கிருந்து வரும் என்பதைப் பற்றித்தான் கவலைப்படுவதில்லை. கேட்டால், 'நல்லாச் சம்பாதிக்கணும்.. பொறுக்கச் செய்யனும்.. அதுக்குத் தக்கன வாங்கணும்..' என்பாள்.

'ஊரு ஒலகத்தில் எல்லாரும் செய்யத்தான் செய்றாக.. மனுஷ மக்களத் தாயாப் புள்ளயா ஒண்ணு சேக்குறதுதே மொய்யி.. அதுக்குத் தேவையானதச் சம்மாதிக்கத் தெறங் கெட்டவகதே ஒங்கள மாதிரிப் பேசுவாக..' என்று வாயைப் பிளாஸ்திரி போட்டு ஒட்டி விடுவாள்.

தினசரி வேலைக்குப் போய்த் திரும்பினால் ஏதாவது ஒரு தகவலுடன் தேவகி உட்கார்ந்திருப்பது வழக்கமாகி விட்டது. பெரும்பாலும் அவளது கையிலோ, அவனது பார்வைபடும் இடத்திலோ செய்முறை நோட்டு இருந்து கொண்டே இருக்கும்.

பாடப் புத்தகத்தைப் பிரித்துப் படிக்கிறார்களோ இல்லையோ, பிள்ளைகள் கைகளில் மாறி மாறி செய்முறை நோட்டுகள் வந்து கொண்டே இருந்தன.

ரொம்பவும் வெனாவாகக் கண்டு பிடித்துச் சொல்வதில் சின்னவன் கெட்டிக்காரனாக இருந்தான். அவனது காது குத்துக்குத்தான் ஊரடக்கி 'மொய்' வாங்கியிருந்தார்கள். இரண்டு குயர் நோட்டு நிரம்பியிருந்தது.

'வாங்கும் போது இனிக்குது.. திருப்பிக் குடுக்கும் போது கசக்குதாக்கும்..' என்று, இவன் முகம் சுழிக்கும் போதெல்லாம் இடித்துக் காட்டுவாள் தேவகி.

'ஆயிரம் பத்திரிக்க போதும்னே.. ரெண்டாயிரம் வேணும்னீக.. ரெண்டாயிரமும் தீந்து ஜெராக்ஸம் எடுத்தீக.. இப்ப செஞ்சவுகளுக்குச் செய்யுறதுக்கு வலிக்குதாக்கும்?..'

'இனிக்குதாக்கும், வலிக்குதாக்கும், கசக்குதாக்கும்' என்கிற வார்த்தை அம்புகளிலிருந்து தப்பிப்பதற்காகவே சம்பாத்தியத்தை விரிவுபடுத்த நினைத்தான் கணேசன்.

பெரியவனுக்கு வீட்டோடு காது குத்து வைத்ததில் அளவான செலவோடு கைக்கும் மெய்க்கும் என்று முடிந்து விட்டது. சின்னவனுக்கு வேடு கட்டிக் கொண்டு வாங்கியதுதான் ஜென்மாந்திரக் கடனாகி விட்டது. கைகொள்ளாத பத்திரிகைகள், காடும் மேடுமாக ஊர்கள்.

ஆண்டிபட்டியில் பஸ் நின்றது. தேவகி விழித்துக் கொண்டு அரக்கப் பரக்கப் பார்த்தாள் 'ஏங்க பசிக்குது.. பேசாம தேனீல எறங்கி ஆளுக்கு ரெண்டு பொரட்டாவப் பிச்சுப் போட்டுட்டுப் போவமே..'

அந்த அகாலத்திலும் ஆட்கள் பஸ்ஸிலிருந்து இறங்கிக் கொண்டும் ஏறிக்கொண்டும் இருந்தார்கள்.

'டிக்கட் கம்பத்துக்கில்ல எடுத்திருக்கு... நீ பாட்டுக்கு எறங்கிறெணும்கிற.. காசு எவெ வூட்ல இருக்கு பஸ் ஜார்ஜ்ஜ வேற ஒண்ணுக்கு மூணா ஒசத்தி இடுப்ப ஒடிச்சுட்டாக.. அங்குட்டு அரமணி நேரத்தில் சள்ளுனு வூட்டுக்குப் போயி ரெண்டு கோதும தோசயச் சுட்டுச் சாப்டுக்கலாம்..'

தேனியில் வண்டி நின்றபோது அவசரம் அவசரமாக இறங்கி ஓடினான். திறந்திருந்த கடை ஒன்றில் பிஸ்கட்டும், தண்ணீர் பாட்டிலும் வாங்கிக் கொண்டான்.தேவகி ஆவலுடன் வாங்கிக் கொண்டாள். வண்டி நிலையத்தை விட்டு வெளியேறிக் கம்பம் நோக்கிப் பயணித்தது.

பிஸ்கட் சாப்பிட்டுக் கொண்டே தேவகி சொன்னாள் 'அடுத்த மாசம் நம்ம மேற்குத் தெரு பவதாரணிக்குக் கல்யாணம்.. ஒண்ணுக்குள்ள ஒண்ணு இல்லியா?.. பத்தாயிரம் செஞ்சிருக்காக.. ஆயிரம் ரெண்டாயிரம் சேத்துப் போட்டுச் செய்யணும்... அந்த மாசத்துலயே இன்னும் நாலஞ்சு செய்முறை வருது.. ஒவ்வொண்ணையும் பாத்துப் பாத்துச் செய்யணும்... அப்பத்தே அதுக்கு அடுத்த மாசம் நாம நடத்தப் போற வசந்த விழாவுல காச அள்ளலாம்...'

கணேசன் இருளில் கடறும் வயல் வெளிகளைப் பார்க்கத் துவங்கியிருந்தான்.

- வண்ணக்கதிர் - 2012

3

பிடிமானம்

துரத்தல் உணர்வுகள் வேக நடையிட்டன. பிஞ்சுக்கால்கள், வெடிப் பேறிய பாதங்கள் என காட்டா வெளியில் விழுந்து போயின. அருகில் அருகில் என்று கிணற்றிருப்புகள் தூர அழைத்துப் போயின.

திருச்செந்தூர் தரிசனம் முடிந்திருந்தது. திருநெல்வேலி அல்வா லவிக்கவில்லை. வழியில் சிவலிங்கம் பூஜைக்கரடியாய் வந்துவிட்டான். ஒரு நிறுத்தத்தில் ஏறி வருகிற அவன் தலை பார்த்ததும் விதிர் விதிர்த்து இறங்கிய கால்கள் எட்டும் விழுந்து பரவுகிற இடமெல்லாம் முள்செடிகளாகவே இருந்தன.

சதீஷ் தடுமாறியபடியே போனான். செருப்பைப் பழகிக் கொண்டிருக்கவில்லை கால்கள். மூன்றாம் வகுப்பென்றாலும் அவன் வயதுப்பையன்கள் விதம் விதமாய் அணிந்து கொண்டிருந்தனர். ஒன்றிரண்டு ஜோடியிருந்தாலும் உதறிவிட்டே போயிருக்கிறான். ஒரு வருஷம் மூத்திருந்தவன் கால்கள் அதை உள்வாங்கிக்கொண்டிருந்தன. அதனால் கூட ஒரு எட்டு சேர்த்து வைக்க முடிந்தது.

ஊனாங்கொடிகள் பார்த்து பழனியம்மாள் நடத்து கொண்டிருந்தாள். வரும் போதே கயிறு கொண்டு வந்திருக்கலாம். நீந்தத் தெரிகிற கணவனின் கால்களை இறுக்கிக் கட்டினால் எல்லாம் சரியாகும். ஒருவர் பிழைத்து ஒருவர் வாழ்வதை அவள் விரும்பியதில்லை, எப்போதும். பத்திரிகைச் செய்திகள்கூட, 'கடன் தொல்லையால் குடும்பமே தற்கொலை' என்று வந்து இருக்க வேண்டும் என்கிற தனது முந்திய நாள் இரவின் தீவிர யோசனைக்குப் பின் வெளியிட்டாள். திக்குத் தெரியாத நிறுத்தத்தில் பைனாசியர் சிவலிங்கம் ஏறித் தொலைத்திருக்காவிட்டால் அறிமுகமான கிணறுகள் நோக்கிப் பயணித்திருக்கலாம்.

திருநெல்வேலி அல்வா அந்தக் காட்டில் கிடைக்கும் என்று பிஞ்சுகள் எதிர் பார்த்து நடந்தன. கடை வீதிக்கு அழைத்துப்

போகிறபோதெல்லாம் அல்வா பூத்திருக்கும். வாயோரங்களில் துகள்கள் மின்ன பிள்ளைகள் வீடு திரும்புவார்கள்.

அறுவடை முடிந்திருந்த காடுகள் வந்தன. தடிமனான சோள மோட்டுகளில் நடை தொடர்ந்தது பிள்ளைகள் சிராய்த்துக் கொள்ளாமல் இருக்க ஆளுக்கொன்றாய்த் தூக்கிக் கொண்டார்கள்.

மனபாரமும் கை பாரமும் சேர்ந்து சோர்வு அழுத்தியது. படுவதைப் படட்டும் என்று பிள்ளைகளை இறக்கி விடவும் முடியவில்லை. கீறல்கள் கண்டு துணுக்குறும் உள்ளம் மூளைகள் சிதறிச் சிறுப்பதைக் காண இருக்காது.

உப்பு விற்கப் போனால் மழை. பஞ்சு விற்கப்போனால் காற்று என்பதாக வாழ்வு முடிந்திருந்தது. நாற்புறமும் சுற்றிச் சுழன்றாலும் முற்றுகையிட்டுத் தாக்குபவையாகவே எல்லாம் இருந்தன. பத்தாண்டுகளில் பதினேழு இடங்களில் கடை நடந்தது. வீடும் கடையும் இணைந்த குடித்தனங்களும் வாய்த்தன. எதுவும் ஒட்டவில்லை. வாங்கி வைத்த தானியங்கள் மடித்துப் போயின. எண்ணெய் வகைகள் வக்கரித்துப் போயின. மிட்டாய்ப் பொட்டலங்கள் பிள்ளைகள் திங்கவும் வழியின்றித் தூர விழுந்தன.

கடையில் ஆண் பெண் தெய்வங்கள் அருள்பாலித்தன. சூடம் கொளுத்தி பத்தி பிடித்து எல்லாம் நடந்தது. கடை தான் ஓடாமல் நின்றது.

புருஷன் மாற்றிப் பொண்டாட்டி, பொண்டாட்டி மாற்றிப் புருஷன் பிள்ளைகள் என்று உட்கார்ந்து தான் பார்த்தார்கள். கைபிடித்து நடப்பவர் கால் இடறி நின்றாலொழிய கடை தாண்டி நடந்தார்கள். அருகாமையிலும் தூரத்திலுமாக அவர்களுக்கான கடைகள் அன்பழைப்புகள் விடுத்த வண்ணம் இருந்தன.

யாருடைய ராசியும் ஒட்டவில்லை. பைனான்ஸ்காரர்கள் மட்டும் கடை என்பதை ஒத்துக்கொண்டு தின வசூல் சிட்டையும் பணமும் தந்து போனார்கள்.

சாயந்தரம் மூன்றிலிருந்து ஏழுவரை மணிக்கொருவராய் வரவு வைக்க வசூல் பையும் பேனாவுமாக வந்து நின்றார்கள். நால்வரில் இருவரைச் சரிக்கட்டுவதற்கே வியாபாரம் ஓடியிருக்காது. இருவர் முகம் சாம்பிப் போவார்கள். மறுநாள் அந்த இருவர் நாலு வார்த்தை நன்றாகப் பேசிப் போவார்கள். அடுத்த இருவருக்கு முதல் நாள் முகம் வந்து விடும்.

தவிர இருபத்தைந்தாயிரம் ஐம்பதாயிரம் என்று ஏலச் சீட்டுகள் எடுத்து இரு மாதங்கள் கட்டியதுடன் நின்று போயிருந்தன. முடிகிற பருவம் என்ற போதிலும் வட்டியும் முதலுமாகப் பெருந்தொகை கடனாக நின்றது.

இதையெல்லாம் மௌன சாட்சியாய்ப் பார்த்துக் கொண்டு கைகளைப் பிசைந்தபடியே நிற்கத்தான் மாமனாரால் முடிந்தது. நல்ல வேளையாக மகள் படும் அவஸ்தைகள் கண்டு நொறுங்கிப் போக வாய்ப்பின்றி மாமியார் மூச்சை நிறுத்தியிருந்தாள்.

நடுவான் வெய்யில் தரை மண்ணைக் கொதிச் சூட்டில் நிறுத்தியது. வெற்று நிலங்கள் கடந்து கணுக்கால் உயரம் வளர்ந்திருந்த பருத்திச் செடிகளில் இறங்கினார்கள். தண்ணீர் பாய்ந்த ஈரம்; கால்களில் சேறு அப்பியது. பிள்ளைகளை இறக்கி விட்டால் வலி குறையும். எட்டு வைத்துத்தான் நடக்க முடியாது பிள்ளைகளால் இளங்கால்கள் புதை குழிக்குள் அழுந்தும்.

வாழ்க்கைப் பயணம் முடிகிற இடம் இதுவென ஈரக் கதகதப்பு காட்டியது தோட்டத்தின் மையத்திலோ கோடியிலோ கிணறு இருக்கலாம். தண்ணீர்க் கட்டுக்காரனோ சொந்தக்காரனோ இருந்துவிடக்கூடாது. பாய்ந்து முடிந்திருந்த நில நீள்வில் நீர் மினுமினுப்பு மங்கியிருந்தது.

ஏற்புடைத்தான சூழல் நெருங்கி வருவதான ஆசுவாசம் பொங்கியது. நடைக்கும் வாழ்வுக்குமான முற்றுப்புள்ளிதான் இனி வேண்டும்.

மனைவி பாராமலே நடந்து கொண்டிருந்தாள். கண்ணுடன் கண்ணான எதிர்கொள்ளல் கொடூரமானது. எத்தனை அந்யோன்யமாய் இழைந்த கண்கள் நெகிழ்ச்சியில் நிறைவில் பூத்துப் பொழிந்த கண்கள். பொலிவிழந்து உள்விழுந்து ஆழத்தில் தகிப்பு மின்னலாய்த் தடமிழந்து போயிருந்தன.

வெறுங்கழுத்தோடு அவளை நிறுத்தியும் பத்தாண்டுகள் வழிந்தோடி விட்டன. அவளளவில் சுமக்கச் சுமக்கத்தான் வந்து சேர்ந்தாள். பத்துப் பவுன் பத்தாயிரம் கையில் என்பதெல்லாம் அவளது குடும்பத்தின் அசுர சாதனைதான். ஆறாவது பெண் அவள். ஆண் எதிர்பார்ப்பில் அத்தனையும் பெண்ணான போதும் அவளது அப்பா ஒடிந்துவிடவில்லை. முதல் பெண்ணுக்குத் தீர்மானித்த சீர் வரிசைப்படியே எல்லோருக்கும் செய்துவிட

அவரது டெக்ஸ்டைல் வாட்ச்மேன் சம்பளத்தில் முடிந்தது. கூட்டிக் கழித்துப் பார்த்தால் வாங்கின இரண்டாயிரத்தில் வித்தை காட்டத் தெரிந்திருந்தார். இன்னும் கூட அவர் கையகல சொந்த வீடும், நெஞ்சுக் கூட்டில் சளியுமாய் வாழ்ந்து கொண்டுதான் இருக்கிறார். கடைசியாக வந்த வைப்புத் தொகை ஐம்பதாயிரத்தில் தலைக்கு ஐந்தாயிரம் போக மீந்த இருபதாயிரத்தை வங்கியில் டெபாசிட் செய்தார். அதில் வருகிற அற்ப சொற்ப வட்டித் தொகையில் அவரது காலம் போயிற்று.

எப்போதாவது ஈயோட்டுகிற கடை பார்த்து வருவார். சிறிது நேரம் அமர்ந்திருப்பார். அவருக்கே அலுத்துப் போகும். அதிக நேரம் அவரை உட்கார்த்தி வைத்திருக்கவும் பிடிப்பதில்லை. ‘மாமா சாப்பிடப் போங்க.. அங்க ஒங்க மக சோத்தப் போட்டு வச்சிக்கிட்டு ஒக்காந்திருக்கு..' என்று கிளப்பி விடுவான். நேரப்பட அவர் இருந்தால் நிலைமையின் விபரீதத்தைப் புரிந்து கொள்வார். பைனான்ஸ்காரர்களின் படையெடுப்பைக் கண்டு பதைத்துப் போவார். இந்த வரும் படியை நம்பி லட்சக்கணக்கில் கடன் கொடுக்க எப்பிடித் துணிந்தார்கள் என்று அதிர்ந்து போவார்.

‘அப்பா ஒரே தண்ணித் தவியாயிருக்கு..' சதீஷின் உதடுகள் ஈரப்பசையின்றி ஒட்டிக் கொண்டிருந்தன. முகம் வதங்கியிருந்தது.

‘கொஞ்சம் பொறு... அதுக்குத் தானே போயிக்கிட்டிருக்கோம்.. தன்னையறியாமல் வந்தன வார்த்தைகள்.

அவள் விசுக்கென்று திரும்பி அவனைப் பார்த்தாள். கண்ணோரங்களில் நீர் சிலீரெனப் புறப்பட்டிருந்தது. ‘புள்ளைக்குப் பசி வேற - ஆரம்பிச்சிருக்கும்.. தனங் கூடக் கொஞ்சம் பொறுத்துக்குவா.. இவந் தாங்க மாட்டானே..' என்றபடி இறங்கி நடந்த மகளையும் தோளில் இருந்த மகனையும் பார்த்தாள். அதே வேகத்தில் மகனை வாங்கி உச்சி மோந்தாள். ஒரு கணம் நின்று இறுக அணைத்து பெருகிய நீரை வழியவிட்டாள். ‘கடைசில இதுக்காகத்தேம் பெத்து வளத்தமா?..'

செவிட்டில் அறை வாங்கியவனைப் போல் அதிர்ந்து அவளைப் பார்த்தான். கால்கள் எட்டி விழாமல் நடுங்கின. சளிக்கூரான உடம்பும், தள்ளாத வயதுமாய் வாழ்க்கை அதன் இயல்பில் ஓடி முடிவதற்காய்க் காத்திருக்கும் மாமா வந்து போனார்.

அல்வா வாங்க வைத்திருந்த கடைசி ஐம்பது ரூபாய் உள் பாக்கெட்டில் இருந்தது. நடுக்காட்டில் 'ஜீ பூம்பா' வேலையில் தான் சாப்பாடு வேண்டும். பிள்ளைகளின் கடைசி ஆசையைப் பூர்த்தி செய்ய ஒரு பூதம் வேண்டும்.

கிணற்று மேட்டில் ஆட்கள் தெரியவில்லை. மோட்டார் ரூமில் யாரேனும் படுத்திருக்கலாம். நல்ல வேளையாக அதில் பூட்டு தொங்கியது.

கடை நடத்தி வராத அதிர்ஷ்டம் வந்திருக்கிறது. கல்யாணத்திற்குப் பிறகும் கூட கந்தவேல் கடையில் பொட்டலம் கட்டிக் கொண்டு இருந்திருக்கலாம். ஆயிரத்து ஐநூறு சம்பளம் ஐந்து ரூபாய் பேட்டாவிற்குப் பழுதில்லை. சிக்கனமாய்க் குடும்பம் நடத்திருக்கும். அனுபவப்பட்ட தொழில். அதிக முதலீடின்றிக் கை வைத்தது தவறு என்று தோன்றியது. முதலாளி தோரணையில் அலைந்துவிட்டு மீண்டும் சம்பளத்துக்குப் போக மனசில்லை. இரண்டுங்கெட்டான் நிலையில் இழப்புகள் அடைந்ததுதான் மிச்சம்.

கிணற்று மேட்டில் காய்ந்த காட்டுக் கொடிகள் தெரிந்தன. பச்சைக் கொடிகளெனில் கயிற்றை விட இறுக்கிக் கொள்ளும். காய்ந்தவை தெறித்து விடும். தான் மட்டும் நீந்தி மேடேறி விட்டால் மனைவி மக்களைக் கொன்ற மாபாதகன் என்கிற பட்டம் நிலைத்துவிடும்.

பாழடைந்த கிணறு. கமலை இறைப்புச் சுவடுகள் சமணர் படுகையாய்ச் சலிந்திருந்தன. ஆழத்தொலைவில் நீர்ச் சிலிர்ப்பு தெரிந்தது. மேல் தொடங்கி அடி வரை பாறைகள் சுறாமீன் செதில்களாய் நீண்டிருந்தன. மோதிச் சிதறுகிற உடல்களின் ரத்தத் துளிகள்தாம் முதலாவதாகத் தண்ணீரைத் தழுவும். தூரெடுத்துத் தூரெடுத்துத் தூர்ந்து போனதாய் நிலச் சொந்தக்காரனின் வாழ்க்கை இருந்திருக்கும்.

நீரோடு நேரடியாய்க் கலந்த மரணம் இதமானது. மூச்சடைத்துத்திணறி முக்கல் முனகல்களுடன் அடங்கிப் போகும். பாறை மோதலில் இடுக்கோடு இடுக்காய்ச் சதை குத்தி நடுவழியில் உடல் தொங்க நேர்ந்தால் லேசில் மரணம் சம்பவிக்காது.

இறங்கியிருந்த பிள்ளைகள் கிணற்றைச் சுற்றி ஓடின.

'ஏய்.. பாத்து.. பாத்து..' பழனியம்மாள் பதறினாள். பிறகு அவனைப் பார்த்தாள். அவன் சரேலெனக் கீழே பார்த்தான்

கிணற்றை வட்டமடித்து வந்த பிள்ளைகள் பதறியிருந்தன. நெஞ்சுக்கூடு ஏறி இறங்கியது. கண்கள் நிலை குத்தியிருந்தன. ஆளுக்கொரு பக்கமாய்க் கொடி தேடித் திரிந்த அவர்கள் பிள்ளைகள் பக்கம் திரும்பியிருந்தார்கள்.

'அம்மா.. அம்மா.. அம்மா..' தனம் மூன்று முறை அழைத்தாள். வார்த்தைகள் மேலே ஓடவில்லை.

'என்னம்மா?... என்ன?..' இவன் நெருங்கி நின்று தனத்தின் கைகளைப் பிடித்துக் கொண்டான்.

சதீஷ{க்கு அதையும் சொல்ல வரவில்லை. கொஞ்சம் மூச்சு வாங்கிக் கொண்டான். 'அம்மா.. பூ.. பூச்சாண்டி..' என்றான்.

அவர்கள் எதைப் பார்த்து அரண்டு போயிருக்கிறார்கள் என்று தெரியவில்லை. கிணற்றையொட்டி இறங்குகிற ஓடையில் ஆள் எவனும் கடந்திருக்கலாம். மோட்டார் ரூம் பக்கம் அரவம் எதுவுமில்லை. ஆனால் பக்கவாட்டில் முழுசாகப் பார்க்கவில்லை. கரகம் சுற்றியிருக்கிற பிள்ளைகள் பார்க்க எதுவேனும் கடந்திருக்கலாம். நாய் அல்லது நரிகள் என இருக்கலாம். பன்றிகள் கூட காய்கறிகள் தோண்ட வந்திருக்கலாம். ஆட்கள் இருக்க வாய்ப்பில்லை.

அவளும் குழம்பியவளாய்ப் புருஷனைப் பார்த்தாள். மறுபடியும் பிள்ளைகளை உலுக்கினாள்.

'அம்மா... அங்க.. அங்க..' என்று தனம் குழறினாள். திக்கித் திணறி அடுத்த வார்த்தைகளுக்குத் தாவி விடுவாள் என்று எதிர்பார்த்தாள்.

அதற்குள் இரு உருவங்கள் வெளிப்பட்டுவிட்டன. மஞ்சள் மாலையில் பொன்னிறமாய் ஒளி வீசிய இளம் பெண் மிரட்சியுடன் இளைஞன் தோளில் சாய்ந்து வந்தாள்.

அவன் கைத்தாங்கலாய் அவளை அழைத்து வந்தான். தோளில் சின்னக் கைப்பை தொங்கிக் கொண்டிருந்தது. அளவெடுத்தாற் போன்ற ஒற்றுமைகள் வாய்ந்த அந்த இளஞ்ஜோடிகள் பெரிதாக வெட்கி ஒதுங்கிக் கொள்ளவில்லை. ஒவ்வோர் அசைவுகளிலும் இசைவான அனுபவிப்பிற்காய் உருவெடுத்தவர்கள் போல் இயைந்து நின்றார்கள்.

இருட்டுவதற்கு வெகுநேரம் இருப்பதாய்த் தோன்றவில்லை. வந்த வேகத்தில் எல்லாம் முடிந்திருக்க வேண்டும். இந்த எதிர்கொள்ளல் நேர்ந்திருக்காது.

'என்ன தம்பி... என்ன இங்க?... என்ன பண்றீங்க..' இவன் கேட்டான்.

இளைஞன் 'சும்மா.. வேறொண்ணுமில்ல...' என்று இழுத்தான். அதே வேளையில் அவன் மூளையும் வேலை செய்திருக்க வேண்டும். அவனும் கேட்டான் 'நீங்க யாரு... புள்ள குட்டிகளோட..'

அந்தப் பெண் அவன் தோளிலிருந்து விலகவில்லை. பழனியம்மாள் 'இப்படி வாம்மா..' என்று தன்னருகே அழைத்து அணைத்துக் கொண்டாள்.

பிள்ளைகள் கலவரம் அடங்கிக் கனிந்து பார்த்தன. மறுபடியும் கிணற்றைச் சுற்றி ஓடத் தலைப்பட்டன.

பழனியம்மாள் அடக்கினாள் 'ஏ... கழுதைகளா... கெணறு ஆழம். பேசாம இருங்க..'

இளைஞனும் இவனும் பதில் பேசாமலேயே கேள்விகளைக் கிடப்பில் போட்டுக் கொண்டு பார்த்தார்கள். ஒருவர் மீது ஒருவருக்கான சந்தேகங்கள் வலுப்பட்டதைப் போல் உணர்ந்தார்கள்.

பிறகு இவன் சொன்னான் 'சும்மாதே.. இங்குட்டுச் சுத்தி பார்க்க வந்தோம்..' தயக்கமாகவே எல்லாம் வந்தன.

'ஒங்கள இந்த ஊர்ப் பக்கமே பார்த்ததில்லையே.. சுத்திப் பாக்க இங்குட்டு என்ன இருக்கு...'

சுதாரித்துக் கொண்ட இளைஞன் வார்த்தைகளைச் சொடுக்கினான்.

இருவர் கண்களிலிருந்தும் கிறக்கம் விலகிக் கேள்விகள் நீண்டிருந்தன. 'தாங் களவாணி அச வீட நம்பாது..' என்பதான அழுத்தம் மின்னுகிற கண்கள் நான்கும் மோதிச்சிதறின.

அதற்குள் பழனியம்மாள் வாகாய்த் தோளில் சாய்ந்திருந்த பூ மொட்டிடம் பூராவையும் விசாரித்திருந்தாள். 'அதுக்காக செத்தா எல்லாம் தீந்திடுமா?.. ரெண்டு பேரும் இப்புடியே எங்குட்டாச்சும் ஓடிப் போயிக் கூட கல்யாணங் கட்டிக்கிட்டுச் சந்தோசமா இருக்கலாமில்ல.. நாங்கதே எல்லாதையும் விட்டுட்டு பட்டு

மாஞ்சுட்டோம். 'பிள்ளைகளையும் தவிக்க வுட்றக் கூடாதுன்னுதே சேத்துக் கூட்டியாந்தோம்..' பழனியம்மாள் குட்டை உடைத்து விட்டாள்.

அவர்கள் அனைவரும் வசதியாய் உட்கார்ந்து கொண்டார்கள். இளைஞன் கைப்பையைத் திறந்து பிஸ்கட் பொட்டலங்களை எடுத்தான். தண்ணீர்க் குடுவையை முன்னால் வைத்தான்.

சாவதற்கென்று வந்தவர்கள் சாப்பிடவும் கொண்டு வந்திருக்கிறார்கள். 'பிஸ்கட்ல எதுவும் கலந்திருக்கா?..' இவன் கேட்டான்.

இளைஞன் சிரித்தான். 'ஏங்கலந்திருந்தாத்தே என்ன?.. நாமெல்லாம் சாக விரும்பித்தானே வந்திருக்கோம்...'

இவன் கூச்சமாய்க் கண்களைத் தாழ்த்திக் கொண்டான்.

பசிக்கிறக்கமும் தண்ணீர்; தாகமுமாயிருந்த பிள்ளைகள் யார் எடுத்துக் கொடுப்பதற்காவும் காத்திருக்கவில்லை.

எல்லாருடைய வாய்களும் பிஸ்கட்டுகளை மொறு மொறுப்பாய் அரைத்து விழுங்கின.

'இது ப்யூர் பிஸ்கட்' என்றாள் அந்தப் பெண்

இன்னும் கூட கைப்பை கனமாகத் தெரிந்தது 'பிஸ்கட் பொட்டலம் அம்புட்டுத்தானா?' என்று இவன் கேட்டான்.

- செம்மலர் - 96

4

நாணயத்தின் இரு பக்கம்

தெருவில் எல்லாரும் கவனித்தது போய் ஓரிருவர் தான், 'என்ன.. ஏது..' என்று பார்த்தனர். படிப்படியாய் அதுவும் மாறி, அன்றாட நிகழ்வுகளில் ஒன்றாய் அது மாறி விடும் என்று இவன் நினைத்தான்.

அவளை ஏற்றிச் செல்ல வந்து வெகு நேரமாய்க் காத்திருக்கும் கார் அப்போதுதான் புதிதாகச் சந்தைக்கு வந்ததைப் போலிருந்தது. தடித்தடியாய் மீசைகள் வைத்த இருவர், அவளது வீட்டிற்குள் செல்வதும், காருக்கு வருவதுமாய்க் குட்டி போட்ட பூனை நிலையில் இருந்தனர்.

இத்தனை காத்திருப்புக்குரியவளாய் அவள் ஆகிப் போன ஒன்று சாதாரணமாக நிகழ்ந்து கொண்டிருந்தது.

ஒரு வழியாய் அலங்காரத்தம்மாள் தேரென அசைந்து காருக்கும் வந்து விட்டாள். கை வேலைகளில் இருந்த தெருப் பெண்கள் காரை நோக்கி வருவதைப் போல் பாவனை செய்து கொண்டு பார்த்தனர்.

சிற்சிலராய்க் கூடிக் கொண்டு எதை எதையோ பேசுகிறவர்களாகவும் இருந்தனர்.

'தம்பி.. சாவிய வச்சிருங்க.. பெரியவ வருவா.. குடுத்திருங்க.. நா ஷ{ட்டிங் முடிச்சு வர நைட்டு பத்துமணி, பதினோரு மணின்னு ஆயிரும்..'

'சரிங்கம்மா..' என்றபடி இவன் சாவியை வாங்கிக் கொண்டான்.

'ஒரு நா ஷ{ட்டிங் பாக்க நீங்க வரணும்.. தம்பி' அவள் காரில் ஏறும் போது கேட்டுக் கொண்டான்.

'நம்மூர் சின்னக் கம்மாயில ஷ{ட்டிங் வரும்னீகள்ல.. அப்பப் பாத்துச் சொல்லுங்க.. கண்டிப்பா வர்றே...

கார் புறப்பட்டு, தெருத்திருப்பத்தில் வளைந்தது.

இவன் பார்த்துக் கொண்டே நின்றான். அலங்காரத்தம்மாள் போல், ஊரில் இப்போது நடிகர், நடிகைகள் வந்து விட்டார்கள். இவனையே கூட ஒரு டைரக்டர் நடிக்கக் கூப்பிட்டார். இவன் தான், 'பிசுங்க முடியாத வேலை' என்று கூறி மறுத்து விட்டான்.

தொலைக்காட்சிப் பெட்டிகள் நடு வீட்டிற்குள் வந்து நின்ற பின் காலாவதியாகிப் போன நடிகர், நடிகைகள் என்கிற சொல்லும் பலமின்றிப் போனது.

நிரம்பி வழிகிற தொடர்களுக்கு ஆட்கள் தேடிப் படத்தயாரிப்புக் குழுக்கள் ஊர் ஊராய் அலைந்தன.

கடைசியில் தன் வரை நடிக்கக் கூப்பிடுவதாய்க் காலம் வந்து விட்டதே என்று வியந்து கொண்டான்.

அலங்காரத்தம்மாளைப் போல் சின்னத்தம்பியையும், செல்வராஜையும் அவரவர் வீடுகளுக்குச் சென்று காரில் ஏற்றிக் கொண்டு போயிருப்பார்கள்.

இதில் சின்னத்தம்பி தான் சிறுவயதுத் தோழனாயிருந்தான். இப்போதும் கூட டைரக்டர், 'நடிக்க விரும்புறவகளத் தாராளமாக் கூட்டிட்டு வாங்க..' என்று சொல்வதாய்ச் சொல்லிக் கொண்டு இருப்பான்.

இந்த டைரக்டரின் முதல் படம் முப்பது ஆண்டுகளுக்கு முன் வெளியாகி விட்டது. அதிலிருந்து சுமார் இருபது வருடமாவது பெரிய திரையின் சிங்கமாக இருந்தார். இப்போது சின்னத்திரையில் புலியாக வந்து விட்டார்.

தான் வசித்த ஊர், வாழ்ந்த மனிதர்கள் அதன் பின்னணியைக் கொண்டு, அன்றைய காலத்தின் முன்னணி நடிகர்களைப் போட்டு, பிரம்மாண்டமான வெற்றிப் படத்தைத் தந்த பின் டைரக்டருக்குக் கன்னா பின்னா வென்று பேர் வந்து விட்டது.

டைரக்டர் அப்போதெல்லாம் ஊருக்கு வருவதைக் குறிஞ்சி மலர் பூப்பதைப் போல் வைத்துக் கொண்டிருந்தார். அவரது குடு குடு வயதுத் தாயும், தந்தையும் மகனின் புகழைத் தெருத் தெருவாகப் பாடிக் கொண்டு உள்ளூரை அதிரச் செய்து கொண்டிருந்தனர்.

சென்னையில் அவர்களைக் கண்ணெதிரில் வைத்துக் கொள்ளும் முயற்சி தோல்வியுற்ற பின், டைரக்டர் சொந்த ஊரிலேயே சென்னையின் தரத்தில் பங்களா ஒன்றை எழுப்பியிருந்தார்.

'மலை மீதிலே காணலாம்' என்று டெண்ட் தியேட்டர் கூரையில், கூம்பு வடிவக் குழாயில் சீர்காழியின் முழக்கம் ஊரெல்லாம் எதிரொலித்த வேளையில், சின்னத்தம்பியுடன் இவன் டைரக்டரின் படத்தைப் பார்க்க நின்றது நினைவுத் திரையில் வந்தது.

இருவரும் அதிசயித்துப் பேசிக் கொண்டே இருந்தார்கள். 'லே.. சின்னத்தம்பி.. என்னடா ஒரே அதிசயமாருக்கு.. அம்மூர்லர்ந்து ஒரு டைரக்டரா?.. அதுவும் ஊரெல்லாம் கொண்டாடுற மாதிரில்ல ஒரு படத்த எடுத்துட்டாரு...யே...யப்பா..'

இந்த ஊருடன் இணைந்த பெரு நகரத்தில் இந்தப் படம் நான்கைந்து மாதங்களுக்கு முன்பு ரிலீஸ் ஆன போது டிக்கெட்டுக்குப் போதுமான காசு சேர்க்க முடியாமல் பார்க்கவியலாமல் போனது.

கடைசியில் ஊர் ஊராக ஓடிக் களைத்த பின் டெண்ட் தியேட்டரையும் பார்க்க வந்து விட்டது.

உலகமெல்லாம் ஓடினாலும், சொந்த ஊரில் பத்துப் பேர் உட்கார்ந்து பார்க்கிறார்களா என்று பார்க்கவும் ஒரு நாள் டைரக்டர் காரில் வந்து விட்டார்.

குடும்பத்தோடு டைரக்டர் தியேட்டர் வாசலை அடைந்த போது அந்த தியேட்டர் கட்டிய நாளிலிருந்து சேர்ந்திராத கூட்டம் கூடிக் கிடந்தது.

மேளதாள மரியாதையுடன், பெருங்கோயில் கும்பாபிஷேகத்தின் பூரண கும்ப மரியாதையைப் பெறுபவரைப் போல் பூரிப்புடன் டைரக்டர் இருந்தார். கிராம முக்கியஸ்தர்கள் ஒருவர் பாக்கியின்றிக்கூடி, டைரக்டருக்கு வரவேற்பளித்தார்கள்.

டைரக்டர் வந்த நாளில், அந்த படத்தில் முக்கிய நடிகர், நடிகையர் பூராவும் மரியாதை நிமித்தம் வந்திருந்தார்கள்.

இப்போது நினைத்தாலும் அதுவெல்லாம் ஒரு மாயவித்தை போல்தான் இருந்தது.

அப்புறம் வெகு காலத்திற்கு டைரக்டர் புராணம் பத்திரிக்கைகளில் வந்து கொண்டே இருந்தது.

மோதிரக்கையில் குட்டுப்பட்ட நடிகர் நடிகையர் நிறைய பேர் வந்து கொண்டிருந்தார்கள். எல்லாரும் இவர் மூலம் அறிமுகம்

ஆவது பெரும் பேறு என்று பேட்டியளித்துக் கொண்டிருந்தார்கள்.

மீனாட்சி கோயில் வாசலில் ஒரு பையனுக்கு அதிர்ஷ்டம் அடித்து, டைரக்டர் ஹீரோ வாக்கியிருந்தார். திருமண வீட்டில், தான் சந்தித்த கல்லூரிப் பெண்ணை பார் போற்றும் நடிகையாக்கி இருந்தார்.

பள்ளி இறுதியைத் தொட்ட இளம் பெண்கள் கல்லூரிக் காளைகள் பல காலம் டைரக்டரிடம் வாய்ப்பு தேடி அலைந்தார்கள். டைரக்டரின் கண் பார்வைக்காக உடல் பொருள் ஆவியைத் தத்தம் செய்தார்கள்.

யாரை விடுவார், யாரைத் தொடுவார் என்றில்லாமல் காலங்கள் ஓடின.

புகழ் பெற்ற நடிகர், நடிகைகளின் வாரிசுகள் டைரக்டரின் அதிசயக் கண்களுக்குள் அகப்பட்டு திரைவானில் மின்னினார்கள்.

அலங்காரத்தம்மாளின் மூத்த மகன், பதினோரு மணிக்கு வீட்டுச் சாவியை வாங்கிப் போனான். அம்மா குறித்து அவன் ரொம்பப் பெருமையாகப் பேசிக் கொள்வான். புது டைரக்டர்களின் படங்களில் அலங்காரத்தம்மாள் நடித்திருந்தாள். அவை நான்குமே வெற்றிப்படங்களாகி விட்டன. இரண்டு படங்கள் உலகத் திரைப்பட விழாக்களுக்கும் போய் வந்து விட்டன.

கிராமியப் படங்கள் என்றால் டைரக்டர் தான் என்றிருந்த நிலையை, புது டைரக்டர்கள் மாற்றினார்கள். என்றாலும் அவர்கள் டைரக்டர் தான் முன் மாதிரி என்று பேட்டியுமளித்தார்கள்.

கடைசியில் அவர்கள் டைரக்டரின் ஊருக்கே வந்து, அலங்காரத்தம்மாள் போன்ற நடு வயதுப் பெண்களை குணச்சித்திர நடிகைகளாகவும் ஆக்கி விட்டார்கள். ஒரு பையன் கதாநாயகனாகவும் ஆகிவிட்டான்.

டைரக்டர் அவர் பெரும் புகழ் பெற்றிருந்த காலங்களில் சொந்த மாவட்டத்தைச் சுற்றியே படம் என்பதை வாடிக்கையாகக் கொண்டிருந்தார்.

அப்போதெல்லாம் அவர் டவுனில் பெரிய லாட்ஜ் ஒன்றில் மாதக்கணக்கில் தங்கியிருப்பார். ஷீட்டிங் வண்டிகள் ஊரில் தெருவில் என ஓடிக் கொண்டேயிருந்தன.

டைரக்டர், மந்திரிகள் போல் தான் காரில் தெரிவார். எப்போதும் அவருக்குப் பின்னால் நான்கைந்து வண்டிகள் ஓடிக் கொண்டே இருந்தன.

அவர் பெரிய திரைக்கான படங்கள் எடுத்த காலங்களில் உள்ளூரில் ஒரு முகமென அவர் படத்துக்குக் கிடைக்கவில்லை. கல்லையும் கனிய வைப்பார்; சிற்பத்தையும் பேச வைப்பார்; கரடு முரடான முகங்களையும் திரை முகங்களாக்கி ரசிக்க வைப்பார் என்று அவருக்குப் பெயர் இருந்தது.

அவரது அக்கால நட்சத்திரங்கள் அவரது தயவு தாட்சண்யத்தின் வெளிப்பாடாகவே இருந்தனர். தமிழ் பேசத் தெரியாத வட இந்தியப் பெண்கள்கூட அவரது முன்னணிக் கதா நாயகிகளாகவும் புகழ்பெற்றனர்.

'சின்னத்திரை மேடை நாடகம் போல் ரொம்பச் சீப்பானது' என்றுகூட ஒருமுறை அவர் பேட்டியளித்திருந்தார். ஆனால் அவரிடம் பயின்ற பலர் அவரைத் தாண்டி முன்னுக்கு வந்த போது அவருக்குப் படங்களே இல்லாமல் போனது. அவருக்கும் குரு நாதர்களாய் இருந்த பழம் பெரும் இயக்குனர்கள் சும்மா இருக்க முடியாமல் சின்னத் திரைக்குள் வந்த போது, டைரக்டரும் சின்னத்திரையின் மேன்மைகள் குறித்துப் பேச ஆரம்பித்திருந்தார். 'வீட்டுச் சாப்பாட்டைப் போன்றது சின்னத்திரை கடைச் சாப்பாட்டைப் போன்றது பெரிய திரை' என்று அதற்கப்புறம் ஒரு பேட்டி கொடுத்தார்.

அலங்காரத்தம்மாளை இரவு பதினோரு மணிக்கு கார் இறக்கி விட்டுச் சென்றது. நல்ல நிலா வெளிச்சம் இருந்தது. இவன் மனைவியுடன் வாசலில் உட்கார்ந்திருந்தான்.

'நாளைக்கு நம்மூர் சின்னக் கம்மாயில ஷூட்டிங் இருக்கு வந்துருங்க.. நம்ம டைரக்டருதே படம் புடிக்கிறாரு... அதேஞ் சின்னத்தெரைக்கு வந்துட்டார்ல..'

'கண்டிப்பா வர்றேங்க்கா..'

'பெரியவன் வந்தானா?..'

ஆமாங்க்கா.. வந்த ஒடனே கௌம்பிப் போயிட்டார்க்கா' என்றபடி இவன் சாவியை அலங்காரத்தம்மாளிடம் கொடுத்தான்.

'கொத்தெடுத்துட்டுக் களைக்குப் போன மாதிரி அம்புட்டு அசதி தம்பி. ஏந்தே நடிக்கப் போனோம்னு இருக்கு ஒரே வேலய நூறு தடவ செய்ய வேண்டியிருக்கு. எம்புட்டுத்தே செஞ்சாலும் டைரகடருக்குத் திருப்தி வர மாட்டேங்குது. ஊட்டி ஒடிஞ்சு போகுது..' அலுத்துக் கொண்டாள் அலங்காரத்தம்மாள். 'பெரிய தெரையிலேயே வாட்டி வளவெடுத்தவரு.. சின்னத் தெரையில விடுவாரா?'

'சின்ன வயசுல நா அம்பது தடக்க மெட்ராசு போயி டைரக்டர்ட்ட சான்ஸ் கேட்ருக்கே.. அப்பல்லாம் எங்க ஊட்டுக்காரரும் உசிரோட இருந்தாரு.. ஒனக்கு மேல அழகானவகளா சினிமாவுல இருக்காக..? கண்டிப்பா நம்ம டைரக்டரு வேஷங் குடுப்பாரு.. நம்மூர்க்காரில்லையான்னு தெம்பூட்னாரு.. கூடவே மெட்ராஸுக்கும் வந்தாரு.. டைரக்டர்ட்டயும் பேசிப் பாத்தாரு.. ஒண்ணும் நடக்கல.. உள்ளூர்னா அவருக்கு வேப்பங் காயாக் கசந்துச்சு.. இந்த ஊர்ல நம்மளத் தவுர வேற ஆரப்பத்தியும் ஜனங்க பெரும பேசக்கூடாதுன்னு கூட நெனச்சிருக்கலாம். இப்ப வத வதன்னு டிவி அது இதுன்னு வந்தப்புறம் வேற வழியில்லாம எறங்கி வந்துருக்காரு.. அவருக்கும் வயசு போச்சு நமக்கும் வயசு போச்சு.. முடியணுமில்ல..'

இவன் அலங்காரத்தம்மாளைப் பரிதாபத்துடன் பார்த்துக் கொண்டான்.

- **பிரசுரமாகாத கதை.**

5

எதிர் விளைவு

விருதுநகரிலிருந்து அந்தக் கிராமத்துக்குச் செல்லும் முகமாய் டவுன் பஸ்ஸில் ஏறிய போதும் நரேந்திரனுக்குச் சின்ன உறுத்தல் இருந்தது. 'நைட்டு விருதுநகர்ல தங்கப் போறதால காலையில பெறப்பட்டு வரும் போது ஏதாவது சாப்பாட்டுப் பொட்டலங்க வாங்கிட்டு வந்திடுங்க... இங்க மருத்துக்குக் கூட ஒரு டீக்கடை இல்ல...' அந்த கிராமத்து நவதானிய தரகர் நேற்று மாலை அங்கு நரேந்திரன் சரக்கு பேசி விட்டுக் கிளம்பும்போதே அழுத்தம் திருத்தமாகக் கூறியிருந்தார்.

நரேந்திரனுக்கு அது ஒரு பிரச்னையாகத்தான் இருந்தது 'டீக்கடை கூட இல்லாத கிராமம் ஒரு கிராமமா?' என்று நேற்றே அலுத்துக் கொண்டான். 'பொட்டலம் கட்டிட்டு வந்து அதைப் பாதுகாத்துச் சாப்பிடுறதே வேலையாயிருக்க முடியாது...' என்று லேசான எரிச்சல் படரச் சொன்னான்.

அப்புறம் தரகருடன் வந்து இதே திருப்பத்தில் இறங்கிக் கிராமத்தைச் சென்றடைவதற்குள் நரேந்திரனுக்கு மூச்சு முட்டி விட்டது. இந்த ஒரு வருஷமாகத் தேனியிலிருந்து வந்து விருதுநகர் கிராமங்களில் கமிஷனுக்காய்த் தானியங்கள் வாங்குகிறானெனினும் இது வரையிலும் தான் சந்தித்த கிராமங்களில் இது மிகவும் பின் தங்கித் தெரிந்தது. 'இங்கே எப்பிடித் தான் மனிதர்கள் வாழ்கிறார்களோ' என்று வியந்து கொண்டான். அவர்களுக்காக அனுதாபப்பட்டான்.

கால் டவுசர் பாக்கெட்டுகளிலும், இடுப்புக் கட்டிலும் எண்பது மூட்டைக்கான பணம் இருந்தது. ஆனால் நரேந்திரனுக்கு அது பற்றிய பயம் இல்லை. சினிமாத் தியேட்டர்களிலும், சில ஜனசந்தடியான பகுதிகளிலும் செல்கையில் ஓரளவுக்கு அவனைத் தொற்றியிருக்கும் பயம் இப்போது முழுசாய் அகன்றிருந்தது.

சுற்றிலும் வெறுமை விரவியிருந்தது. கரிசல் வெளியெங்கும் அவன் கண்கள் அலைபாய்ந்தன. அடையாளத்திற்குக்கூட ஒரு

மனிதனோ, கால்நடைகளோ இல்லை. ஒரு நள்ளிரவின் நிசப்தம் அந்த வெளிகளில் பூரணம் கொண்டிருந்தது. அடிக்கடி கண்களை வண்டிப்பாதையில் தாழ்த்தியும் பதனமாக நடக்க வேண்டியிருந்தது. முரட்டுத் தோல் செருப்பு என்பதால் பாதை நெடுகிலும் பரவியிருந்த முட்களின் தாக்குதலிலிருந்து மீள முடிந்தது. தரைபெயர்ந்து வெளிக்கிடந்த சிறு கற்கள் ஊசிமுனைகளாய் நின்று கொண்டு வீழ்த்தத் தருணம் பார்த்தன. பாதையின் இருபுறமும் விளைச்சல் காலத்து வேலியின் சுவடுகள் தெரிந்தன. ஒரு சின்ன மழைத் தூறல் விழுந்தால் கூட கொஞ்சம் கெட்டி பட்டுக் கொள்வோமே என்று பிசிறிய கரிசல் மண் துகள்கள் ஏங்கித்தவித்தன. சூரியன் அந்த ஏக்கத்தைப் பன்மடங்காக்கி எண்ணெய்ப் பிசுக்கான ஒரு மினுமினுப்பை மண்ணின் துகள்களில் ஏற்றியிருந்தான்.

நரேந்திரன் பாதிதூரத்தைக் கடந்த பின்னும் வெறுமை தொடர்ந்தது. கட்டைவண்டிப் பாதையாய்த் தோன்றிய அதில் ஒரு கட்டை வண்டி கூட அதுவரையில் வராதது ஆச்சரியத்தைக் கொடுத்தது. ‘கட்டைவண்டிகளும் ஏர்பூட்டிய மாடுகளும் மினுங்கித் திரியவேண்டிய காலமில்லையா இது?' குளிரக் குளிர மழை பொழிய வேண்டிய காலம் இப்படி ஒரேயடியாய் வஞ்சித்து விட்ட வானத்தை நினைக்கையில் அவனுள் எரிச்சல் கப கபத்தது.

மீண்டும் பாலைவனமாய் விரியும் கரிசல்வெளிகளைக் கண்களால் ஊடுருவினான். அவனுக்குப் புதிது புதிதாய் ஆச்சர்யங்கள் பூத்தன. இந்தவெளிகள் மக்களின் வயிற்றை நிரப்புகின்றனவா? நேற்று தரகர் வந்த போது அவர் சொன்ன செய்திகள் நரேந்திரனுக்கு மேலும் வியப்பளிப்பதாய் இருந்தன.

‘கிராமத்துல இருக்கிற முக்காவாசி பேரு இந்த மண்ண நம்பித்தே இருக்காங்க.. அவங்கவங்க இருக்கிற நெலத்துலதே காலமெல்லாம் கூழ் குடிக்கணும்.. அப்பிடி மகசூல் போச்சுன்னா செவகாசி, விருதுநகர்னு தீப்பெட்டி ஒட்டப் போயிடுவாங்க.. வருஷம் பூராம் நெல்லுச்சோறு சாப்பிடுற கொழுத்த சம்சாரிங்கதே கிராமத்தவிட்டு வெளிய போகாமக் காலந் தள்ளுவாங்க.. இன்னும் கொஞ்சப்பேரு அவங்களுக்குத் தெரிஞ்ச வெளிக் கிராமங்கள்ல வேல கெடைச்சதும் போயிடுவாங்க.. எல்லாருக்கும் தோட்டக்காடுகள்ல மழை பேஞ்சாத்தே வேலை. இல்லேன்னா, சந்த மடம், சாமியார் மடந்தா..'

கிராமத்து வீடுகள் அவன் கண்களுக்கு அருகில் வந்து விட்டன. அவனைப் பொறுத்தவரை சாப்பாடு ஒரு பிரச்சனை இல்லை; எனிலும் நேற்று தரகர் திரும்பத் திரும்ப 'ஒரு டீக்கடை கூட கிராமத்தில் இல்லை' என்று சொல்லிச் சொல்லி மாய்ந்ததும் அவனுள் மீண்டும் இதே நினைவு எழுந்தது. தன்போல் ஏதாவது ஒரு விஷயமாய் வந்து தாமதிக்கிற மனிதர்கள் பாடு பெருந்திண்டாட்டம் தான் என்று அவனுக்கு உறைத்தது.

ஒரு பாய்லர் வைத்து சின்னக்கடை கூட நடத்த இயலாத வறுமையில் அந்த மக்கள் ஆழ்ந்து விட்டார்களா என் யோசித்தான். ஒரு வேளை டீக்கடைக்கான சாமான்கள் வாங்க அடிக்கடி விருதுநகர் வந்து படுகிற துன்பத்திற்காகக்கூட அதைக் கைவிட்டிருக்கிறார்களா என்றும் சிந்தித்தான்.

ஆனால், இவனது நினைப்புக்கு மாறாய் தரகர் ஒன்றைச் சொன்னார். 'அப்பப்ப ஒண்ணு ரெண்டு டீக்கடைகள் வராமப் போகாது தம்பீ! ஆனா எத்தனை நாளைக்கு? எனக்குத் தெரிஞ்சு பத்துப் பதினைஞ்சு பேராவது கடை போட்டு எடுத்துருப்பாக.. எதுவும் ஒருவாரம் பத்து நாளு... கூடுனா ஒரு மாசத்துக்கு மேல நீடிச்சதில்ல தம்பீ..' என்றவர், அவராகவே அதற்குக் காரணத்தையும் சொன்னார். 'எப்பிடி நீடிக்கும் தம்பி! இங்க டீக்குடிக்கிற வக்கு எத்தன பேருக்கு இருக்கு.. எல்லாம் இந்த அறுவடை நேரத்துல நாலு காசு பொழங்கும்... அப்பைக்கு மட்டும் வழிக் கடை மாதிரி போட்டு எடுத்தா எப்பிடி ஒரு டீக்கடைக்காரன் பொழப்பு ஓடும்? எப்பைக்கோ ஒரு தரம் ஒங்கள மாதிரி வெளியூர்லேர்ந்து வர்றவங்க ரெண்டு டீ, வடைன்னு சாப்புடுவாக... அதுக்குன்னு ஸ்பெஷல் கடையா நடத்த முடியும்? கைல ரெண்டு துட்டு வச்சிருக்கிறவங்க வீட்லேயே வெல்லக்காபிபோட்டுக் குடிச்சுக்குவாங்க.. அப்புறம் எப்பிடி தம்பி கடைகள் நெலைக்கும்?..' புள்ளி விபரங்கள் தருவதில் தரகருக்கு இருந்த ஆர்வம் நரேந்திரனுக்குச் சந்தோஷமளிப்பதாயிருந்தது.

கிராமத்தின் நுழைவாயிலாய் அறிமுகப்பட்ட சகதி வாய்க்காலை வரிந்து கட்டிக் கொண்டு நரேந்திரன் தாண்டியதும் முகம் முழுக்கப் பிரதிபலித்த பற்களுடன் வந்து வரவேற்றார் தரகர்:

'கொஞ்சம் வேகமா மூட்டை போட்டு முடிக்கணும்... இப்பவே மணி ஒன்பதாகப் போகுது.. பனிரெண்டு, ஒண்ணுக்கெல்லாம்

எடை போட்டு முடிஞ்சதுன்னா நா விருதுநகர் போயி லாரியக் கொண்டாந்திடுவே.. சாயங்காலத்துக்குள்ளே லோடேத்திப் போனா நல்லது. ஊர்லருந்து வந்து ஒரு வாரமாச்சு.. இனியும் லேட் பண்ணுனா கமிஷன் குடுக்கிற மொதலாளி கோபிப்பாரு..' என்று நரேந்திரன் சொன்னதும் தரகர் பரபரப்பானார்.

'பனிரெண்டு மணியில்லாட்டியும் ஒண்ணு ரெண்டுக்குள்ளயாச்சும் முடிச்சுடலாம் தம்பி... நீங்களும் மதியச் சாப்பாட்டுக்கு விருதுநகர் போயிடலாம்...'

வரகுமூட்டைகள் இருக்கும் வீட்டுக்கு அவர்கள் இருவரும் வந்த போது கூட்டுக் குடும்பமாய் நிலத்தில் உழைத்து வாழ்கிற நான்கு அண்ணன் தம்பிமார்களும் வரகு விற்க திண்ணையில் காத்திருந்தார்கள்.

அதிகாலையிலெனினும் மூன்று கிலோ மீட்டர் மோசமான பாதையில் நடந்து வந்த களைப்பு நரேந்திரனுக்கு இருந்தது. இங்கே நுழைவதற்கு முன்பே ஏதேனும் கடையிருந்தால் காபியாவது சாப்பிட்டிருக்கலாமே என்ற ஆதங்கம் அவனுக்குள் எழாமலில்லை. ஆனால் எல்லாவற்றையும் இன்றைக்குக் கட்டுப்படுத்தித் தான் ஆக வேண்டும்.

எடை போடத்துவங்கி, முடிப்பதற்குள் மணி மூன்று ஆகி விட்டது. நரேந்திரனுக்குப் பசி வயிற்றைப் பிடுங்கிக் கொண்டிருந்தது. இனிமேல் பணம் பட்டு வாடா செய்துவிட்டுக் கிளம்புவதற்குள் நாலுமணியாகலாம். அதற்கு மேல் மறுபடியும், பசிக்களைப்புடன் மூன்று கிலோ மீட்டர் நடந்து போய் மெயின் ரோட்டில் பஸ் பிடித்து மாலை ஆறு மணிக்கு மேல் விருதுநகர் போய்ச் சாப்பிடுவதற்குள் மயங்கி விழ நேருமோ என்று அஞ்சினான்.

'சரி.. சரி, வாங்க, காசப் பிடிங்க.. இருட்டுறதுக்குள்ள போயி லாரி புடிச்சுட்டு வரணும்..' சலிப்பும் எரிச்சலுமாய்க் கிளம்பிய அவன் குரலில் பிசிறடித்தது.

அண்ணன் தம்பியில் மூத்தவர் போல் இருந்தவர் வேகமாய் அவன் முன் வந்தார். 'பணம் பட்டுவாடா பண்றது.. லாரி பிடிக்கிறது எல்லாம் பின்னப்பெறகு வச்சுக்குவோம்... மொதல்ல கை கால அலம்பிட்டு வாங்க தம்பி சாப்பிடுவோம்...' சொந்தக்

குடும்பத்தைச் சேர்ந்த ஒருவரை உபசரிக்கிற இயல்போடு அவனிடம் சொன்னவர், உள் நோக்கி, 'லட்சுமி எல்லாம் ரெடியாயிடுச்சா?' என்று சத்தமிட்டார்.

நரேந்திரன் விக்கித்து போய் நின்றான். சிறுகுடலைப் பெருங்குடல் தின்பதாய்ச் சற்று நேரத்திற்கு முன் தோன்றியதெல்லாம் கணப்பொழுதில் மறைந்து போக, அவர் சொன்ன 'வாங்க தம்பி, சாப்பிடுவோம்' என்ற ஒருவரியில் வயிறெல்லாம் மனசெல்லாம் நிறைந்தது போல் அவரைப் பார்த்தான்.

'என்ன தம்பி யோசிக்கிறீக?.. இங்கதே ஒரு டீக்கடை கூட இல்லியே! இருந்தாக் கூட நீங்க ஜவாப் சொல்லித் தப்பிச்சுக்கலாம்.. ஆனா இப்ப எப்பிடித் தப்பிப்பீங்கன்னு பார்ப்போம்...' தன் அன்புத் தூண்டிலில் அவர்களைச் சிக்க வைத்து விட்ட சந்தோஷத்தில் அவர் பேசிக் கொண்டே போனார்.

- செம்மலர்: 86

6

துலாக்கோல்

‘ஒங்ககிட்டக் காசில்லேன்னா ஆரையும் ஏமாத்திருவீக போல்ருக்கு..' சுதா வெடுக்கென்று கேட்டாள்.

முழுக்கவும் சரியான ஒன்றைத்தான் சொல்கிறாள் அவள் என்று தோன்றவில்லை. காசில்லாதவன் வேறு வழியின்றி ஏமாற்றுகிறான்; காசுள்ளவன் மேலும் மேலும் காசைக் குவிப்பதற்காக ஏமாற்றுகிறான். ஆக எல்லாமே ஏமாற்றுத்தான்.

இது போன்ற விளக்கங்களை அவள் ஏற்பதில்லை. ஆனாலும் அவள் கண்ணோட்டத்தில் தான் ஓர் ஏமாற்றுப் பேர்வழி என்றாகி வெகு காலம் ஆகி விட்டது.

‘நானும் ஆம்பளன்னு ரோட்ல அலஞ்சாப் போதுமா? வீட்டுக்கு வேணும்கிறத டக்கு டக்குனு செஞ்சு தாராத ஆம்பள இருக்கிற விட சந்நியாசியாப் போறது தேவல..'

அவள் பேசினால் பேசிக் கொண்டேதான் இருப்பாள். அவளாகவே அலுத்துப் போய் முடித்துக் கொண்டால் ஆயிற்று. யோசனை சொல்வதற்கு ஆட்கள் நின்றால் அவர்களுக்கும் சேத்து ரெண்டு வசவு கிடைக்கும்.

உண்மையில் சந்யாசம் வாங்கிக் கொள்வதுதான் இவனது எண்ணமாகவும் இருந்தது. சிறுவயதில் ஒரு குயர், ரெண்டு குயர் நோட்டுகள் பூராவிலும் இவனது ஓவியங்கள் இருந்தன. 'இளந்துறவி இன்பந் துறந்தானந்தர்' என்கிற தபஸ்பவியை உருவாக்கி உற்றுப் பார்த்துக் கொண்டே இருந்தான்.

அப்படியான நோட்டுகள் பத்துப் பதினைந்து எனக்கூடச் சேர்ந்து விட்டன. எல்லா நோட்டுகளிலும் நெடுந்தாடி, சடைமுடி, நீள் மீசையுமாய், ‘இளந்துறவி இன்பந்துறந்தானந்தர்' இருந்தார். தப்பித்தவறி அது யார் கண்ணிலும் பட்டு விடக் கூடாது என்பது இவனது சிந்தனையாயிருந்தது.

‘என்ன சொல்லு.. கரடியாக் கத்து.. ஒந்தொண்டத் தண்ணிதான வத்துதுன்னு திண்ணக்கம் புடிச்சு அலயுற ஆம்பளயும் ஒரு

ஆம்பளயா?' சுதா மொட்டை மாடியில் கோதுமை காயப் போட்டுக் கொண்டே பேசினாள். அங்கேயே தான் அடுப்பும் சமையலும்.

'நெல்ல அரைக்கச் சொன்னே அரைக்கல.. கேப்ப காயப் போடச் சொன்னே.. போடல.. இப்ப இதையாவது வெய்யில்ல காயவும் அரச்சுக் குடுங்க.. ஒங்களுக்குக் கோடி புண்ணியமாப் போகும்..' கைவிரல்களை சூரிய வடிவில் விரித்து குறுக்கும் நெடுக்குமாய் கோதுமையைப் பரத்தி விட்டுக் கொண்டாள். 'வூட்டு வேல ஒண்ணு உருப்படியாச் செய்றதில்ல.. பொண்டாட்டிக்கு ஊட மாட ஒத்தாசையா இருக்கணும்கிற நெனப்பில்ல.. தோசய ஊத்னா எண்ணிக்கன்னு உள்ள தள்றது.. சப்பாத்தி தட்னா.. போடு போடுங்றது..' இவன் பத்திரிகைகளில் பார்வையை ஓட விட்டான். கண்கள் வரிகளில் விழுந்திருந்தன. விஷயங்கள் மனதில் பதிவாகவில்லை.

'பால்காரரே ஒங்க மாமனா மச்சானா.. தெனத்துக்கு சைக்கிளத்தள்ளிக்கிட்டு வந்து அம்மா பால்னு அஞ்சு பத்து தடவ கத்தி ஊத்றதே பெரிசு.. அவனுக்கு ஒழுங்காக் காசு குடுக்குறதில்ல.. தெனம் பாரு... அம்பது பாலக் கொறக்கிறது.. நூறு பாலக கொறய்க்கிறது.. அவெ எம்புட்டு மரியாத நம்ம மேல வச்சிருக்கா.. அந்த நம்பிக்கயப் போக்கடுச்சுடுவீக போல்ருக்கு..'

இவனுக்குச் 'சை' என்றிருந்தது. 'இளந்துறவி இன்பந்துறந்தானந்தர்' எட்டிப் பார்த்துக் கொண்டேயிருந்தார். 'சேந்தி' எனப்படும் அக்கால மரப்பலகைகளிலான மெத்தில் தான் இவனது ஓவியங்கள் இருந்தன. வர்ணம் ஆர்ட் ஸ்கூலுக்கு எழுதிப் போட்டிருந்தான். ஒரு போஸ்ட் கார்டுதான். அன்றைக்கு ஐந்து பைசாவில் இருந்தது. அதற்கு ஒரு கத்தைப் பேப்பரில் ஓவியங்களும், ஒரு தனிப்புத்தகமும் அனுப்பி விட்டார்கள்.

சேந்திக்குச் செல்ல மரஏணி இருந்தது. ஏறி நின்று பார்த்தால் உள்ளே கும்மிருட்டாக இருக்கும். நடு வெய்யில் நேரங்களில் கொஞ்சம் வெளிச்சம் எட்டிப் பார்க்கும். அம்மா தேடோ தேடு என்று தேடுவாள்.

இவன் பார் போற்றும் ஓவியனாகும் எண்ணத்தில் படம் போட்டுக் கொண்டிருப்பான். விதம் விதமான மனிதர்களின் படங்கள், விலங்குகளின் படங்கள் என்று வந்து கொண்டே இருக்கும்.

ஏனோ குதிரையில் உட்கார்ந்திருக்கும் சிப்பாய் படம் பிடித்துப் போனது. எப்பிடியானாலும் கடைசிப் பக்கங்களில் 'இளந்துறவி இன்பந்துறந்தானந்தர்' இல்லாமல் முடிப்பதில்லை.

'ஒழுங்கு மருவாதியாக் கணக்கு வச்சுக் குடுத்தாக் குடுங்க.. இல்லாட்டி பால் வாங்குறதயே நிறுத்திருங்க கடுங் காப்பியாப் போட்டுக் கூடக் குடிச்சுக்குவம். நாம சொல்றத வேதமா எடுத்துக்கிற ஆளுகிட்ட நாமலும் வெனாவா நடந்துக்க வாணாமா?'

அவள் நச்சு மழையாய் விழுந்து கொண்டே இருந்தாள். ஒரே போடாகப் போடாமலும், ஒரேயடியாய் நின்று விடாமலும் அது தொடர்ந்து கொண்டே இருந்தது. டீப் பட்டறையில் இருநூற்று ஐம்பது தான் தந்தார்கள். ஏழு மணி நேரம் எட்டு மணி நேரம் கால் கடுக்க நின்றாலும் அவ்வளவு தான். அந்தா இந்தா என்று அம்பது போனாலும், இருநூறை வந்து அவளிடம் சேர்ப்பித்து விடுவான். அவள் பாய்லராய்க் கொதித்து எழுவாள்.

'எதுக்கு.. எரநூறு.. இல்ல.. ஏ ஏரநூறுன்னு கேக்குறே.. நீ சொன்ன மாறி எட்டு மணி நேரம் பட்றையில நிய்க்குற.. ரெண்டு தரம் டீ வடன்னு ஓசியாப் பொக்கணத்துல போட்டுக்கிறே.. சமயங்கள்ல சோத்தையும் அங்கயே சும்மாவே முழுங்கிக்கிறே.. பெறகென்னா மயித்துக்கு அம்பது ரூபாய வெட்டுக்காடு பண்ற..'

இவனுக்குப் புத்தங்கள் வாங்கும் பழக்கம் இன்னும் தீர்ந்தபாடில்லை. ஒன்பதாம் வகுப்போடு படிப்பு நின்று போய் சித்தாள் வேலைக்குப் போனான். நிமிந்தாள் என்று வந்த பின் கொத்தனார் அளவுக்கு முன்னேற முடியவில்லை. ஓவியக் கனவுகள் வாட்டி வளவெடுத்துக் கொண்டிருந்தன. எல்லா வேலைகளையும் போட்டது போட்டபடி விட்டு விட்டு, எங்காவது தலைமறைவாகிப் படம் போட்டுக் கொண்டே இருக்க வேண்டும் போலிருக்கும்.

நாளிதழ்களில் கருத்துப் படங்கள், வார இதழ்களில் கதைகளுக்குப் படங்கள் என்று வருவதைப் பார்த்துக் கொண்டே இருந்தான். காசு போட்டு அவற்றை வாங்க முடியாத நாட்களில் நூலகமே கதி என்றானது.

'இன்னைக்குப் பத்து ரூபாய ஒழிக்கச் சொல்லும்.. இன்னொரு நாளைக்குப் பத்தாயிரத்த ஒழிக்கச் சொல்லும்.. அப்புடி அப்புடியேதா ஒரு மனுஷ ஏமாத்துக்காரனா மார்றது. திடீர்ன்னா

எல்லாம் வந்துரும்..' பிள்ளைகள் இல்லாத நேரங்களில் அவள் வசவுகளின் எல்லையைத் தொட்டுக் களிப்பாள்.

'அத்தே.. அத்தே..' என்று ஒரு நாள் அம்மாவைத் தேடி வந்தாள். அம்மா இல்லை. சேந்தியில் அசங்கல் தெரிந்ததும் மேலே ஏறிவந்தாள். சொந்தம் விட்டுப் போகக் கூடாதென்று இருவரையும் கட்டி வைத்து விட வேண்டுமென்று இரு வீட்டாரும் திட்டமிட்டுக் கொண்டிருந்த வேளையில், இந்த தனிமைச் சந்திப்பு அமைந்தது. படம் போட்டுக் கொண்டிருந்த ஒரு குயர் நோட்டு அவள் கைக்கெட்டும் தொலைவில் இருந்தது. வெடுக்கென்று பிடுங்கிக் கொண்டு ஓடினாள். தாவணி நழுவி விழுந்தது. பாவாடை தடுக்கி விழப் போனாள். இவன் விரட்டிக கொண்டு இறங்குவதற்குள் அவள் தெருவின் கடைசிக்கு ஓடிப் போனாள்.

'அந்தக் காலத்திலேயே சந்யாசியாப் போயித் தொலஞ்சிருக்க வேண்டிய ஆள ஏந்தலைல கட்டிட்டாக.. ஒழுங்கா நாலெழுத்த படிச்சிருக்கணும். இல்ல படமாவது வாகு வழியாப் போட்ருக்கணும். ஒரு ரெண்டுங்கெட்டானச் சேத்து வச்சு ஏம் பாவத்தக் கொட்றாக..'

அவளிடம் சென்ற ஒரு குயர் நோட்டு இந்த இருபது வருடத்தில் கிடைத்து விடவில்லை. ஒரு பக்கம் பாக்கி இல்லாமல் அதில் படங்கள் இருந்தன. தங்கைகள் மெச்சிய படங்கள் நண்பர்கள் போற்றிய படங்கள் இவற்றுடன் 'இளந்துறவி இன்பந்துறந்தானந்தர்'.

'காய்கறிக்கடைல பத்தஞ்சக் கம்மி பண்ணி வாங்கிட்டாகன்னு சந்தோஷப்பட்றது.. டவுன் பஸ்ஸ வுட்டு எறங்குற வரைக்கும் டிக்கட் கேக்காம வுட்டுட்டாகன்னு எறங்கிக்கிறது. ஹோட்டல்கள்ல கொறச்சுப் பில்லப் போட்டுட்டாகன்னு பொங்கிக்கிறது.. சே.. இதெல்லாம் என்னா பொழப்பு? அங்குனங்குன அத அதச் சரி பண்ணிட்டு வராம.. அதுல அடிச்சிட்டே.. இதுல புடிச்சுட்டேன்னு ஒரு திருட்டுப் புத்தியோட ஒரு மனுஷ இருக்கலாமா? இப்புடி ஒங்க கிட்ட ஒரு ஆள் பண்ணுனா எப்புடி சண்டாளமாக் கோபம் வரும்? அவன உண்டு இல்லைன்னு பண்ணிறமாட்டீகளா?' அவள் எள்ளும் கொள்ளுமாக வெடித்துக் கொண்டே இருந்தாள்.

- பிரசுரமாகாத கதை

7
பேரம்

செத்த கண்ணசந்துட்டாலும் அம்மா வந்துருவாக. வெயிலான வெயிலுக்கும் வேப்ப மரக் காத்துக்கும் அம்புட்டுச் சொகமா இருக்கு.

கர வேட்டியக் கட்டிக்கிட்டு செங்காளியப்பனும் வரக்காணம். அத ஒன்ன வச்சுத்தான மெரட்டுறான். கூட நாலஞ்சு வந்தட்டிப் பயகளும் சேந்து வந்திர்றானுக. எவங்குடும்பம் எப்பிடிப் போனா எனக்கென்னான்னு.

குப்பாத்தாள கொழந்தயக் கூட்டியாற மாதிரி கையைப் பிடிச்சே கூட்டியாற வேண்டியிருக்கு. பச்சப்புள்ளய அந்தக் கொள்ளி முடுவானுக்குக் கட்டிக் குடுத்து இந்தக் கதிக்கு ஆளாக்கிட்டான்.

ஸ்டேஷனுக்கு வாறப்பெயல்லாம் தொணைக்குத் தொணையா அங்கணனும் வாறான். குப்பாத்தாகூடப் பொறந்த பாவத்துக்காக நாயா அலையுறான். மத்த பயக ஒதவிக்கு வரப் பயப்படுறானுக. 'போ.. அங்குத்தாயி ஒம் மருமகன மீறி ஸ்டேஷன்ல ஒரு வார்த்தை பேச முடியுமா..?'

குப்பாத்தா மடியில தல வச்சுப் படுத்திருக்கா. அங்கணன் டீக் கடைக்குப் போயிருக்கான்

குப்பாத்தாளத் தவிக்க விட்டுவிட்டு அந்தப் பய செங்காளியப்பன் கூத்தியா வச்சுக்கிட்டு அலையுறான்னு கேள்விப்பட்ட ஒடனே அங்கணன் போன வேகத்தப் பாக்கணுமே. என்னமோ ஏதோன்னு பயந்து பின்னாலேயே போனா அங்க பெரிய சண்டை நடந்துக்கிட்டிருக்கு.

'அப்படீன்னா இந்தக் கொரங்கியோட நக நட்டு மட்டும் இனிக்குதோ. மீச வச்ச ஆம்பளைன்னா சொடக்குப் போடுறதுக்குள்ள எடுத்து வைய்யி. நா நிமிஷத்துல வெளியேறிடுறேன்..'

குப்பாத்தா துடியாப் பேசிட்டிருக்கா. இம்புட்டு வெடுப்பா அவ பேசிப் பாத்ததில்லை. ஒரு பக்கம் கண்லருந்து மாலமாலயா தண்ணி வந்துக்கிட்டிருக்கு.

கட்டிக் குடுத்து ஆறு மாசத்துக்குள்ள அடகுக் கடையில வச்சுத் தின்ன பய அம்புட்டு வேகமா எடுத்தா குடுத்திடப் போறான். அவ கதறக் கதற கண்டுக்கிறாம தூக்கிப் போட்டு எத்துறான்.

'டேய் விட்றா.. கெட்ன பொண்டாட்டின்னா மாடுன்னு நெனச்சியா.. ஒங் கறித் திமிருக்கு அவதேங் கெடச்சாளா..'ன்னு அங்கணன் செங்காளியப்பன் மேல புலியாப் பாயுறான்.

மனசு பதறுது. 'அய்யய்யோ.. அய்யய்யோ.. ஏம் புள்ளகளக் கொல்லப் போறான்னு' கத்துனப் பெறகு ஜனங்க கூடுது.

ரெண்டு பேரயும் படாதபாடுபட்டுப் பிரிச்சு எடுக்குறாங்க.

கந்தத் துணியத் தோள்ல தொங்கப் போட்ட மாதிரி ரெண்டு பயகளும் ஒன்னு நிய்க்கிறானுக. சூப்பாத்தாளும் தலவிரி கோலமாத் தரையில பொறண்டு கெடக்கா. 'ஒம் மகனயும், மகளயும் ஒடனே இந்த எடத்த விட்டுக் கூப்பிட்டுப் போ அங்குத்தாயி.. பின்னப் பெறகு பெரியாளுகள வச்சுப் பஞ்சாயத்து பண்ணிக்கலாம்'னு அங்குன இருந்தவுக பேசி அனுப்பி வைக்கிறாக.

உடுத்து மாத்துக்குக்கூட ஒரு சேலதுணிமணிய எடுக்காம சூப்பாத்தா பொறப்பட்டு வந்திட்டா.

மூணு மாசத்துக்கு மேலாச்சு. குப்பாத்தா இருக்காளா செத்தாளான்னு கூட செங்காளியப்பன் பார்க்க வரல. இப்ப வந்துருவான் பெறகு வந்துருவான்னு. வாசலப் பாத்துப் பாத்துக் கண்ணும் பூத்துப் போச்சு. அப்புறங் கேள்விப்பட்ட சேதிதே நெஞ்சில நெருப்பள்ளிக் கொட்டிருச்சு. செங்காளியப்பன் கூத்தியாள வீட்டோட கொணாந்து வச்சுக்கிட்டான்னு. ஜாதிப் பஞ்சாயத்துன்னும் போயாச்சு. ஊர்ப் பொதுவுலயும் படி கட்டிப் பாத்தாச்சு. ஒண்ணுக்கும் மசியல. அப்புறந்தே 'பொம்பளப் போலீஸ் ஸ்டேஷனுக்குப்' போங்கன்னு பொன்னாத்தா புருஷஞ் சொன்னான்.

குப்பாத்தா பேர்ல புகார் குடுத்த பெறகு செங்காளியப்பனுக்கு கச்சேரியிலர்ந்து காயிதம் போட்டாக, 'இன்ன தேதிக்கு வா'ன்னு அப்புடி வர்றப்பவே அந்தப் பய கர வேட்டிய கட்டிக்கிட்டுத்தா வந்தான். ஓட்டு நடக்கிறப்ப ஆளுங் கட்சிக்கு சப்போட்டா வேல செய்யிறதுக்கின்னு உடுத்துவான். மித்த நேரங்கள்ல அதப் பெரிசாக் கருதுறதில்ல. இப்ப என்னமோ தொடைக்கு மேல ஏத்திக்கட்டுனாலும் குதிகாலுக்குக் கீழ எறக்கி விட்டாலும் கர தெரியுற மாதிரி பாத்துக்கிறான். அன்னிக்கு அம்மா பண்ணன்டு மணியப் போலதே

வந்தாக. மோட்ருபைக்கு சத்தங்கேட்ட ஒடனே சனக்காடு குமிஞ்சிருச்சுக அப்புடியே அவளப் பொத்திக்கிற மாதிரி நெருங்குதுக. பொம்பளப் போலீஸ் ஸ்டேஷன் வந்தப் பொறகு ஒரே திருவிழாக் கூட்டமாத்தே இருக்கு ஜில்லா பூராம் இருந்து வாறாக.

இனி அம்மா ரூம்ல போயி ஒக்காந்து என்னதே பஞ்சாயத்துப் பண்ணுனாலும் காவாசி பேரத்தே கழிக்க முடியும். முக்காவாசி சாயந்தரத்து வரைக்கும் காத்துக் கெடக்கணும்.

செங்காளியப்பன் வந்து தொலஞ்சிருந்தாக்கூட இந்நேரம் முண்டி மொழஞ்சு பாத்துட்டு மதியக் கஞ்சிக்கு ஊர் போய்ச் சேந்துருக்கலாம். அதென்னமோ கிருச கெட்ட பய ஒரு தடவ வந்தா ஒம்போது தடவ வரமாட்டேங்குறான். போலீஸ் ஸ்டேஷன்னா அவன் வீட்டுக் கீரச் சட்டின்னு நெனச்சுக்கிட்டாம் போல்ருக்கு.

செங்காளியப்பன் மாதிரி வேட்டி கட்டுன ஓராளு கிட்டத்துல வர்றான். அவெங் கட்சிக்காராளு போல்ருக்கு. நல்ல நடுத்தர வயசு. மொக்கயா செமப் பன்னி மாதிரி இருக்கான். மீசயும் பயமுறுத்துற மாதிரி இருக்கு. வகுறும் கனத்துப் போயிருக்கு. வேட்டிய அம்புட்டுத் துப்புரவா ஆருதேந் தொவச்சுக் குடுக்கிறாகளோ தெரியல. கஞ்சிப் பசயும் போட்டு மொடமொடன்னு இருக்கு.

ஸ்டேஷனுக்கு வர்றப்பயெல்லாம் அவந்தே முன்னால நிய்க்கிறான். அம்மா அவனப் பாத்துப் பயப்படுற மாதிரி இருக்குது. அவெ உள்ள நொழஞ்சாலே அம்மா முன்னால நிய்க்கிற ஆளுக வெலகிக்கிருது. ஒக்காந்திரு;கிற ஆளுக எந்திரிச்சு எடம்விடுது. பெரச்னைன்னு வாற ஆளுகளும் அவனத்தேந்தேடிப்போறாக. அப்பிடியாப்பட்ட ஆளு என்னன்னு கேட்டுக்கிட்டு வந்து நிய்க்கிறான்.

'ரெண்டு மூணு தடவ ஒங்கள இந்த ஸ்டேஷன்ல பாத்துட்டேன். நீங்களா வருவீகன்னு பாத்தேன். என்னா ஜோலியா வந்திருக்கீக.. ஏங் கிட்டச் சொல்லுங்க.. அம்மா கிட்டப் பேசி நா முடிச்சு விடுறேன்..'

வலிய வந்த சீதேவிய ஒதச்சுத் தள்ள முடியுமா? அல்லாரும் அவனத் தேடி ஓடறப்ப அவெ நம்மளத் தேடி வாறான். அவங்கிட்ட எல்லாத்தையும் சொல்லி அழணும். .. நீதாஞ்சாமி முடிச்சு விடணும்னு கெஞ்சணும். தன்னோட கட்சிக்காரன்னாலும் தப்பத்

தப்புன்னு சொல்லாமலா விடப்போறான். செங்காளியப்பன ரெண்டு போடு போட்டு குப்பாத்தாளோட போயி கிருமமாப் பொழடான்னு அனுப்பி வச்சான்னா அவனுக்குக் கோடி கும்பிடு போடலாம்.

'அது வந்து தம்பி..'ன்னு சொல்ல ஆரம்பிக்கிறப்பவே அங்கணன் வந்து தடுக்குறான். 'நீ கொஞ்சம் பொறுத்தா.. அண்ணாச்சி கிட்ட நா பூரா வெவரத்தையுஞ் சொல்லிட்டு வாறே.. 'ன்னு அந்தக் கரவேட்டிக்காரனக் கூப்பிட்டுப் போறான்.

என்ன பேசுனானோ ஏது பேசுனானோ தெரியல.. அந்தக்கட்ட மீசக் கர வேட்டிக்காரன டீக் கடயிலேயே விட்டுட்டுத் திரும்புறான். படு பாவி குடுக்கிற சாமி கூரயப் பிரிச்சுக்கிட்டுக் குடுக்கும்பாக. அதப் போயி வேணான்னுட்டு வந்து நிய்க்கிறானே. .. இவெ எங்க குப்பாத்தாளப் பொழய்க்க வச்சுப் பாக்கப்போறான்..

'ஏன்டா ஊர்ல நாலு பேரு நல்லவன்னு சொன்னாலே போதுமே.. உச்சிக்குப் போயிருவியே.. பத்தாப்பு வரைக்கும் படிச்சிருக்கேன்னு தேம் பேரு.. கொஞ்சமாச்சும் வெவரம் வேணாமா?

'எனக்கு வெளரம் பத்தலைன்னா போகட்டுந்த்தா. நீ 'வெளரம்' வச்சிருக்கியா?.'

அவன் கேக்குறது ஒண்ணுமே புரியல. வெவரம்னா புத்திம்பாக. அத என்னா சேத்தா வைக்க முடியும்?. .. கழுத உள்ளதுதான. .. 'என்னடா சொல்றே?'

'சுருக்குப் பையில எம்புட்டு வச்சிருக்கே?'

'பத்தம்பது இருக்கும்டா..'

'வெறும் பத்தம்பது தான.. பத்துஅம்பது கொண்டாரும் போது அந்தாளக் கூப்பிட்டுக்கிடலாம்...'

மத்தியானம் ரெண்டு மணியப் போல அம்மா போயிட்டாக. இனிமே சாயந்தரம் அஞ்சு அஞ்சற வாக்குலதே வருவாங்க. அவகளுக்கென்ன, ராணி மாதிரிதே... சீட்ல வந்து ஒக்காந்தாலும் காசு... வீட்ல நீட்டிப் படுத்தாலும் காசு. நம்மள மாதிரிக் கொத்தெடுத்துக்கிட்டுப் போயி வேணாக் கொதிக்கிற வெய்யில்ல வெட்டுனாத்தேங் கஞ்சின்னில்ல. பத்தாக் கொறக்கி ஜனங்க வேற அள்ளிக் குடுக்குது. மகராசி சேப்பில சொருகியிருக்கிறத உருவி எடுக்காதுதேம்பாக்கி. தல காட்டுனாலே போதும். பேப்பர்

வாங்கிட்டு வா: பேனா வாங்கிட்டு வான்னு ஒரே அரட்டுதே. இம்புட்டயும் வாங்கிக் குமிச்சு என்ன பண்ணுவாக. வீசக்கணக்கில விப்பாகளா? இன்னிக்குப் பஸ்ஸுக்கு அளவாததேம்மா கொண்டாந்தேன்னாப் போதும்; வாசல்ல நிய்க்கிற கறுப்பிக்கு வாற கோபத்தப் பாக்கணுமே. அப்படீன்னா ஒங்க கேஸயெல்லாம் அம்மா எடுக்கமாட்டாக'ன்னு நிட்டாந் தரமாப் பேசுறா.

மறுபடியும் மரத்தடிதேந் தஞ்சமுன்னு ஆயிடிச்சு.. அதென்னமோ இந்த ஸ்டேஷன் முன்னாடி அப்புடி அமஞ்சு போச்சு. புங்க மரம் புளியமரம் வேப்ப மரம்னு அப்புடிப் படந்து நிய்க்குது. வெய்யிலான வெய்யிலுக்கும் அம்புட்டுச் சொகமா இருக்குது. காம்பவுண்ட ஒட்டி மர நெழல்ல மண்ணடிச்சுப் பரப்புன மாதிரி இருக்குது. சின்னது நன்னிலருந்து கெழடு கெட்டைக வரய்க்கும் ஒக்காந்து கெடக்குதுக. ஒண்ணு ரெண்டு அப்புடியே கண்ணசந்திருக்கு. அங்குனங்குன நவ்வாலு பேரா ஒக்காந்து பேசுதுக.. பேசுதுக.. பேசிக்கிட்டே இருக்குதுக.. கேட்டா ஆளுக்கொரு பொட்டணத்தப் பிரிச்சுக் கத சொல்லும். முக்காவாசி குப்பாத்தா கதயாத்தே இருக்கும். 'ஒருத்தனுக்கு ஒருத்தின்னு ராம கத படிச்சாலும் அவகப்பா தசரதன் மாதிரி பொண்டாட்டி கட்டலைன்னா செல பேருக்குக் கண்ணடையாது..ன்னு ஒராளு சத்தம் போட்டுப் பேசுறது கூட காதுல விழுகுது.

அங்கணன் குட்டி போட்ட பூன மாதிரி அலையுறான். தங்கச்சிக்கு மொகம் குடுக்கிறதுன்னாலே அவனுக்கு என்னமோ போல இருக்கு. பாவம் அவனும் என்னதாம் பண்ணுவான். தகப்பன் பாரத்தையும் அஞ்சாறு வருஷமாச் சேத்துச் சொமக்கிறான். பத்துப் படிச்சு ஒண்ணுக்கும் ஆகல, ஊர் ஊராப் போயிப் படிக்கிறதுகளுக்கே வேல கெடைய்க்கிறது குதிரக் கொம்பாருக்கு. இவனுக்கு எவெ வேல தரப்போறா. சும்மா இருந்து என்ன பண்ணன்னு மம்பட்டியத் தூக்கித் தோள்ல போட்டான். கையெல்லாங் கூடக் காச்சிப் போச்சு.

தங்கச்சிக்கு முடிஞ்சப் பொறகுதே கல்யாணம் பண்ணனும்னு ஒத்தக்கால்ல நின்னான் அதுப்படியே நடத்தியும் பாத்துட்டான். முடிஞ்ச கையோடு அவனுக்கும் பொண்ணுப் பாத்தாச்சு. நிச்சயம் பண்ணறதுக்குள்ள குப்பாத்தா நெலம நிச்சயமில்லாமப் போச்சு. இப்ப மறுபடியும் அவளச் செங்காளியப்பன்கூட சேத்து வச்சிட்டுத்தேங் கல்யாணம்பண்ணுவேன்னு சொல்லிக்கிட்டிருக்கான். அந்தப் பய என்னிக்குத் திருந்தி நல்ல பொழப்புப் பொழய்க்க.. இவனுக்கு எப்பக் கல்யாணம் நடக்க..

மூணு மணியப் போல.. அதாரு செங்காளியப்பன் மாதிரி தெரியுது. எப்பவும் போல நாலஞ்சு பேரோட வர்றான். அதெப்படித்தே அத்தன பேர வச்சுக் கஞ்சி ஊத்துறானோ தெரியல. அம்புட்டுப் பயலுக்கும் தண்ணி வெண்ணின்னு வாங்கிக் குடுத்தா சன்னப் பதவலாசெலவாகும். துரும்பப் பாக்குற மாதிரி இங்குட்டுப் பாத்துக்கிட்டே போறான். குப்பாத்தாகூட விசுக்குனு அவனப் பாக்குறா. புதுப் பவுசு வந்த பெய கண்டுக்கிட்டாத்தானே. கிளி மாதிரி பொண்டாட்டின்னாலும், கொரங்கு மாதிரி ஒரு வப்பாட்டின்னு வச்சுக்கிட்ட பெய சாமான்யத்ல திருந்துவானா?

எதிர்சேவ மாதிரி அந்தக் கட்ட மீச கர வேட்டிக்காரனும் வந்து செங்காளியப்பனக் கூட்டிட்டுப் போறான்.

‘அதாருடா அங்கணா.. மத்தியானம் நம்ம கிட்ட வந்து ஒதவி செய்யணுமான்னு கேட்ட கரவேட்டிக்காரன் மாதிரில்ல இருக்குது?...'

‘கரெக்டா கண்டுபிடிச்சிட்டியேத்தா.. அவனே தான்.

‘அதெப்பிடிடா இங்கயும் வந்துட்டு அங்கயும் போவான். நீ எதும் அவன் கிட்ட நல்ல விதமாச் சொல்லி வச்சியா? கடைக்குக் கூப்பிட்டுப் போனியே?'

‘நாஞ் சொல்றதெல்லாம் எடுக்குமாத்தா? இனி ஓம் பொண்ணுக்கு ஞாயம் கெடச்ச மாதிரிதே. ‘ஒரு மஞ்சட்டி மிஞ்சாது.. அதுக்குத்தான மவராசனுக அலையுறானுக..'

சாயந்தரம் ஆறு மணியப் போலதே மறுபடியும் அம்மா வந்தாக. இன்னிக்கு ரொம்ப லேட்டு. அவகளுக்கென்னா, யாரு இருந்தா என்னா, செத்தா என்னா, ஸ்டேஷன்ல பொம்பளையாளுகள இதுக்கு மேல விசாரிக்கக் கூடாதும்பாங்க. பொம்பளப் போலீஸ் ஸ்டேஷன்னு வந்தப் பெறகு அதெல்லாம் கணக்கில்ல.

அம்மா ரூம்பு சின்னதாத்தே இருக்கு. ஆம்பளப் போலீஸ் ஸ்டேஷன்லேயே ஒரு பக்கம் ஒதுக்கி ஒக்கார வச்சிருக்காங்க.

வாசல மறச்சுக்கிட்டு அஞ்சாறு பொம்பளப் போலீஸ் நிய்க்கிதுக.. உள்ள கூப்பிட்டுப் போயி வெளில விட ரெண்டு ஆம்பளப் போலீசும் இருக்குது. விசாரணை முடிஞ்சு வந்த ஜோர்ல அவகளும், ‘காச எடு... காச எடு'ன்னு வர்றாங்க.. வர்றாளுகள்லாம் பணங்காச்சி மரம் வளப்பாங்கன்னு நெனப்பு போல்ருக்கு.

'ம்... எல்லாரும் தள்ளிப் போங்க.. தள்ளித் தள்ளிப் போங்க.. கூப்பிடக் கூப்பிட ஒவ்வொருருத்தரா வரணும்..'

கரவேட்டிகளுக்கு உள்ள வெளியன்ற கணக்கே இல்ல போல்ருக்கு. அதுக பாட்டுக்குக் கூட்டம் கூட்டமா வருதுக... போகுதுக.

செங்காளியப்பனும், கட்ட மீசக் கரவேட்டிக்காரனும் அம்மா எதுக்க ஒக்காந்து பேசிக்கிட்டிருக்காக. என்னா நடந்துச்சின்னு கேட்டு அந்தப் பயல நாலு தட்டுத் தட்டி குப்பாத்தாளக் கண்ணு கலங்காம வச்சுக் காப்பாத்துடான்னு சொல்லாமத் தூக்கி முத்தம் கொஞ்சுறாக.

அங்கணன் வாசல நெருங்கி நிய்க்கிறா. கறுப்பி பதர்றா. 'ஏய்யா.. ஒனக்கின்னு வேற தனியாச் சொல்லணுமா? போய்யா போயி வரிசையில நில்லு..'

'இல்லீங்கம்மா.. உள்ள அம்மாட்ட ஒக்காந்து பேசுறது ஏம் மச்சினே. அதாங் கூப்பிடு வாங்கன்னு நிய்க்கிறே..'

அங்கணன் பரிதாபமாகச் சொல்றான்.

கறுப்பிக்குக் கோபம் இன்ன மட்டில்ல. 'யார எப்பக் கூப்பிடணும்னு எங்களுக்குத் தெரியும். நீ மொதல்ல வெளியே போ'

கடைசீல அம்மாட்ட அழைப்பே வரல. பத்துப் பன்னண்டு பேரத்தே வசாரிச்சிருப்பாக போல்ருக்கு. இன்னம் ஆள் கொறஞ்ச மாதிரி இல்ல. சனக்காடு அம்புட்டுப் பெருத்துப் போச்சு.

ஏழர மணியப் போல பெரிய ஆபீசர்கிட்ட இருந்து போன் வந்துச்சுன்னு அம்மா மோட்ரு பைக்கில ஏறிப் பறந்துட்டாக. இப்புடித்தே அத அத அப்புடி அப்படியே போட்டுட்டு அம்மா போயிடுவாக. வித்த ஆடுக போக சொச்ச ஆடுக முழிச்ச மாதிரி இங்க ஒண்ணுக்கொண்ணு முழிச்சுக்கிட்டு நிய்க்;குதுக.

செங்காளியப்பன் திமிரு கொறயாம வெளில வர்றான். அம்புட்டு ராங்கி, அம்புட்டு ரப்பு, கண்ணுல கொள்ளி வைக்க, அது என்ன பார்வன்னு தெரியல. அப்புடிப் பாத்துட்டுப் போறான்.

அந்தக் கட்ட மீச கர வேட்டிக்காரனும் செமப் பன்னி மாதிரி ஆடி அசஞ்சு போறான்.

ஒரே அலுப்பா இருக்கு. இனிமே இங்க வந்து ஒண்ணும் ஆகப் போறதில்ல. பேசாமக் கூழோ, கஞ்சியோ ஒண்ணுமண்ணா வேலசெஞ்சு குடிச்சுட்டுப் போகணும்.. இந்த நாறப் பெயலத் தொணாந்துக்கிட்டு அலஞ்சம்ணா குண்டித் துணிக்கும் தரித்திரியம் வந்துரும்.

'ஏலே அங்கணா.. இனி என்ன வேடிக்கை வேண்டிக் கெடக்கு. ஊரப் பாத்துப் போவம்டா. பொழப்பு தலப்பப் பாப்பம்.. அவளுக்குக் கல்யாணமே ஆகலைன்னு நெனச்சுக்கிட்டாப் போச்சு.'

'கொஞ்சம் பொறுத்தா..'

'இனி என்ன பொறுத்தா... நல்லாப் பொறுத்தா.. நீ வேன்னா இங்குனயே இருந்து ஓரியாடிக்கிட்டிரு.. நானும் குப்பாத்தாளும் போறம்டா..'

'செத்தப் பொறுத்தான்னா கத பேசிக்கிட்டு இருக்கியே.. வேடிக்கயப் பாரு..'

பொழப்பே வேடிக்கயாப் போச்சு. இனி என்ன வேடிக்க காட்டப் போறான். குப்பாத்தாளும் அவனப் பாத்துத் திருதிருன்னு முழிக்கிறா.

'கழுத முழிக்கிறதப் பாரு.. இம்புட்டுக்கும் காரணம் நீதானே. பாரு ஒம்புருஷன எம்புட்டுத் தெணாவட்டாப் போறான்னு..'

செத்த நேரத்துல செங்காளியப்பன் கூடப் போன கர வேட்டிக்காரன் திரும்பி வர்றான். இன்னும் அவனுக்கு ஸ்டேஷன்ல கணக்கு முடியல போல்ருக்கு பங்கு பாகமெல்லாம் பிரிச்சுட்டு பின்னப் பெறகுதேம் போவாம் போல்ருக்கு.

அங்கணன் அவெ எதுக்கப் போறான் 'என்ன சொன்னாரு' மொட்டயா கேக்குறான்.

கட்ட மீசக்காரனுக்கு ஒண்ணும் புரியல, 'நீங்க யாரு'ங்கிறான்.

'என்னங்கய்யா அதுக்குள்ளாற மறந்துட்டீங்க. மத்தியானம் வலிய வந்து ஒதவி வேணுமான்னு கேட்டீங்களே'

'சரி.. ஒங்க பிரச்கனை என்னான்னு சொல்லுங்க.'

இனி அம்மா நாலாந்தேதிதே வருவாக. அன்னிக்கு வந்தீகன்னா நா இருந்து முடிச்சு வய்க்கிறே..'

'எங்களுக்குந் தோதுதே..'

'என்ன..?

'இல்ல.. ஆயிரம் ரெண்டாயிரம்னு பொரட்டறதுக்கு ஒரு வாரமாச்சும் வேணாமா? கையகல வீட்டயாச்சும் ஒத்தி வைக்கணுமே..'

'எதுக்கு?'

'என்னங்கய்யா'

'எல்லாந் தெரிஞ்ச ஒங்களுக்கு இது கூடவா தெரியல. அதே எம்மச்னன் செங்காளியப்பன் எம்புட்டுத்தாறேன்னாரு..'

பீடிகய விட்டுட்டு அங்கணன் விஷயத்துக்கு வர்றான். அவெ என்னமோ கிடுக்கிப்புடி போடுறது மாதிரி இருக்கு. என்னன்னுதே சனிய வெளங்க மாட்டேங்குது. அதே நாலெழுத்துப் படிச்சவுகளுக்கும், படிக்காதவுகளுக்கும் உள்ள வித்தியாசம். கட்ட மீசக்காரன் சொல்றான், 'அவரு என்னத்தப் பெரிசாக் கிழிச்சிறப் போறாரு.. ஒரே கட்சிக்காரரு வேற. கூட மாடத் திரிஞ்சம்னா பத்தம்பது செலவுக்குக் கெடக்யும் அம்புட்டுத்தே. அதுங்கூட ஸ்டேஷனுக்கு வெள்ளப் பேப்பரு, கார்பன்னு வாங்கிக் குடுக்கிறதுக்குச் சரியாப் போயிடும்.. ஒன்னொன்னும் இல்லாம எம்புட்டுச் செரமப் படுறாங்க தெரியுமா..?'

'ஆமாமா.. பிச்சையெடுத்து பெழைக்காததுதேம் பாக்கி. அவகளுக்குன்னு அரசாங்கத்திலிருந்து ஒண்ணு குடுக்கிறாகளா என்ன!'

'ரொம்பக் கஷ்டந்தே.. ஸ்டேஷன் நடத்துறதுன்னா சும்மாவா. சரி அதிருக்கட்டும்; அஞ்சு பவுனு நக.. பண்ட பாத்திரம் வரணும். அத நீங்கதே செங்காளியப்பன்கிட்டருந்து வாங்கித் தரணும்.. அதுக்குக் கமிஷனா ஒங்களுக்கு..'

'அதேஞ் சொல்லிட்டீங்கள்ள ஆயிரம்னு.. அத வெளக்கம் பிரிச்சு வேற பேசணுமா.. நாலாந்தேதி வாங்க.. கண்டிப்பா முடிச்சு விடுறே..'

'ஆ.. மறந்துட்டனே.. அப்புடியே ஒரு கரவேட்டிக்குஞ் சேத்துக் காசு தந்துடுறே.. அதயும் நீங்களே நல்லதாப் பாத்து செலக்ட் பண்ணி எடுத்துட்டு வந்திருங்க..'

- செம்மலர் 1996.

8
இழப்பின் அதிர்வுகள்

தலைக்கு ஒரு வேலை. இவனுக்கு ஃப்ளக்ஸ் போர்டு கட்டுதல். 'நா உள்ளருந்து பாக்குறே சிவா, நாகராஜ அனுப்பு...'என்றான்.

சிவா கால் மாற்றி நின்றான். 'அதுக்குன்னு ஒரு கூர்ம வேணும்டா... சொன்னதச் செய்யி..'

கல்யாண ஆசை கைகூடி நிற்கிறது. கலக்கமுற்று அவன் நிற்பதைக் காண விரும்பவில்லை. துண்டுத்தாளை வாங்கினான். இருபது. மலைப்பாக இருந்தது. 'இருபதா,.. என்ன சிவா?...'என்றான்.

'எரநூறு கட்டலாம்... அம்புட்டு வளந்திருக்கு ஊரு... 'திகைப்பில்லை சிவாவிடம்.

வெளீர் ஒளியில் மினுங்கியது மகால். பிரம்மாண்டங்களைத் தேடும் சிவா. அ.ஆ விலிருந்து அரசியல் புள்ளி விபரம் வரை நட்பு. அதிகம் பேசிப் பயனில்லை.

எல்லாம் பெரிதுதான். சாதாரணத்திலிருந்து அசாதாரணம். விளக்கைத் தேய்த்ததும் பூதம் வந்து விட்டது. அப்படி என்ன பெரிதான வருமானம். தம்பிகள் இருவர். ஐந்தாயிரம், ஆறாயிரம் அளவில் சம்பளம். ஆயிரம் கூடுதல் சிவாவுக்கு. அவ்வளவுதான். தீவனக் கடையில் பில் எழுதும் அய்யா. கூடினால் தினம் நூறு. அம்மா சத்துணவு ஆயா. அதிகம் சொல்வதற்கில்லை.

இவன் வீட்டில் தம்பிகள் சம்பாதிக்கவில்லை. கடைசித் தம்பி மேல்நிலைப் பள்ளியில். நடுவுலவன் கல்லூரியில். அண்ணன் எனக் கை குறையச் சம்பளம் இவனுக்கு கதிர்வேல் ஸ்டோரில். பைக் ஷோரூமில் படுத்து எழுந்து வரும் அப்பா. போனால் போகிறதென்று காபி செலவுக்குக் காசு. நொண்ட வேலை நொடி வேலைகளில் திண்டாடி வீட்டோடு கிடக்கும் அம்மா. தங்கை என ஒருத்தி மணமாகி நான்கு ஆண்டுகளில் மூன்று பிள்ளைகள். வசந்த விழா, செவிப் பொன் சேர்ப்பு விழா, சுருக்கி அடித்த

வீட்டிற்கு புதுமனை புகுவிழா. தேடி எடுத்து மொய் வசூலிக்கும் அவளது புருஷன்.

செட்டிங்ஸ் பொருட்கள் ஆங்காங்கே குவிந்து கிடந்தன. தோட்டா தரணிகள் கீழே சாப்பிட்டுக் கொண்டிருந்தனர். உறவுக்காரர்கள் குழுக் குழுவாய் அமர்ந்து பேசினர். விரிப்புகளையும் சரி செய்தனர். விளிம்பு கட்டிப் போன மாடி அறைகளுக்குக் கிடைத்ததைச் சுருட்டிக் கொண்டும் சிலர் நடந்தனர்.

ஐநூறு ரூபாய்த் தாளை நீட்டினான் சிவா. 'தனதாளுகளுக்குச் சாப்பாடு கீழ இருக்கு... போயிச் சாப்பிடு...'என்றான்.

'இப்பப் பசி ஒண்ணுமில்ல... நீ கூப்பிடும் போது வீட்ல சாப்பிட்டுக்கிட்டுத்தா இருந்தே......'இவன் கிளம்ப ஆயத்தமானான்.

'முழிச்சுக் கிடந்தா பசிக்கும்...'என்றபடி பாக்கெட்டில் கைவிட்டான். இன்னொரு ஐநூறை நினைத்திருக்கலாம். ஆனால் இரண்டாயிரம் வந்தது. இன்னும் விட்டான். இரண்டாயிரம். எடுக்க எடுக்க இரண்டாயிரம். கட்டிலிருந்து உருவுகிறான் போலும். கட்டு என்றால் நூறு. பாக்கெட் மணியே இரண்டு லட்சம். பிழைத்துக் கொள்வான்.

பணமதிப்பு நீக்கத்தின் பலன். பதுக்கி வைப்பவர்களுக்கு வசதி. செதுக்கிச் செலவு செய்பவர்களுக்குச் சிக்கல். ஒரு விதத்தில் ஐநூறே போதுமென்றிருந்தது. பகற் பொழுதுகளிலேயே இரண்டாயிரத்திற்குச் சில்லரை கிடைப்பது குதிரைக் கொம்பு. வேலை முடிந்து கூட்டாக வருவோர் படும் அவதி சொல்லி மாளாது. அலைந்து திரிந்து வாங்கிப் பகிர்வதற்குள் அடுத்த நாள் வந்து விடும். டாஸ்மாக் கடைகளெனில் ஒரு குவார்ட்டராவது வாங்க வேண்டும். பலசரக்கு மளிகைகளில் நூறு இருநூறுக்குப் பொருட்கள் ஹோட்டல்களில் வெயிட்டாக ஒரு பார்சல். தலை பிய்ந்த கருவாடுதான்.

ஐநூறை வாங்கி இரண்டாயிரம் தந்தான் சிவா. 'வச்சுக்க... வேறெதுவும் செலவு வரும்... வேலையாளுக நல்லா சாப்பிடணும்ல... அவக வாய் ஒண்ணு திய்ங்கும்... இல்ல பேசும்... எதுக்கும் மூடாது...'

அளவு கோலில் மாறுபட்டான் சிவா. ஆருயிர் நண்பனுடன் பேசுவது போல் தோன்றவில்லை. உழைப்பைக் கொச்சைப்படுத்தும் இடத்தில் வந்து நிற்கிறான்..

ப்ளக்ஸ் ஏற்றிய டெம்போ ஆயத்தமானது. 'காத்துக்கு ஆடாமக் கணக்காக் கட்டணும்...'ஏவல் தொனியில் சொன்னான் சிவா. முதலாளி மாப்பிள்ளை. பணம் பத்தும் செய்யும்..

செண்டை மேளக்காரர்கள் கேட்டைத் திறந்து கொண்டு வந்தார்கள். கல்யாணக் கூட்டம் எதிர் கொண்டது. சிவாவின் அப்பா தோள் தொட்டார். 'ராஜேஷ் டிபன் முடிஞ்சுதா?...'அம்மா பின் வந்தாள். 'என்னப்பா ஓ பிரண்ட் என்ன சொல்றான்?...'இவனது கை பிடித்தாள். 'அவனுக்கென்னம்மா ராசா...'என்றபடி இவன் கீழிறங்கினான்.

ஒரு மண்டபத்திற்கு ஐயப்பன் படிக்கட்டுகள் தேவையில்லை. அதுவே அழகு என்று வைத்திருக்கலாம். அது கோவிலுக்குப் பொருந்தும். நோய் நொடிக்காரர்கள் பாடு திண்டாட்டம். அதிகம் சதை வைத்தவர்கள் ஆள் துணையின்றி தாலிகட்டைக் காண முடியாது. ஏதுவானது பிள்ளைகளுக்குத்தான். ஏறி இறங்கி ஓடிப்பிடித்து விளையாடுவார்கள்.

முதல் ‡ப்ளக்ஸ் வைக்கும் இடத்தில் வண்டி நின்றது. நெடுந்தாள் எடுத்தான். வரிசையாய் சென்டர்கள். அரசியல் கட்சியில் இருந்தால் தலைவர் ரேஞ்சில் வருவான் சிவா. பந்தல் காண்ட்ராக்டர் ஓட்டுனர் சீட்டிலிருந்து நீங்கினான். வேலையாட்கள் அரிவாள் கயிறு சகிதம் குதித்தார்கள்.

துவங்கும் போதே களைப்பு வந்தது இவனுக்கு. பட்டியல் தாளுடன் ஒரு தாளாகவே வந்தது இரண்டாயிரம். அகாலத்தில் மாற்றும் வரை அது மற்றொரு காகிதம்தான். புழக்கத்திற்கு வந்த நாள் முதலே அதன் மீது ஈர்ப்பு இல்லை. அட்டையில் பிய்த்து பொடுசுகள் விளையாடும் நோட்டு போலவே இருந்தது.

சந்தை கேட்டுகளில் டீக்கடைகள் மூடும் வேளை. இருபதும் முடிக்க இளைப்பு வந்து விடும். மூன்றுதான் முடிந்திருக்கிறது. நான்காவதற்குள் ஒரு தேனீர் விழ வேண்டும். பங்களா மேடு, பாரஸ்ட்ரோடு கடைகள் மூடியிருப்பார்கள். நள்ளிரவு தாண்டி கடைகள் கூடாது என்கிற உத்தரவு இருந்தது. நடுச்சந்தை கடை கேட் சிவதாசன் மட்டும் அடையா நெடுங் கதவம் வைத்திருப்பான். உத்தரவுகள் அவனுக்கு அல்வா கிண்டுவது போல். பாரா போலீஸ், ஊர்க்காவல் படை ஒன்றுக்கு நாளு என ஊற்றிக் கொள்வார்கள். யூனிபாமிலும் பாக்கெட் வைத்துத் தைத்திருப்பதை அவர்கள் உணர்ந்ததில்லை.

வாணி சில்க்ஸ் எதிரில் ஏழாவது ஃப்ளக்ஸ் இறக்கினார்கள். பதினைந்துக்குப் பத்து, இருபதுக்குப் பதினைந்து என அளவுகள் மீறின. ஒவ்வொன்றையும் பார்த்துப் பார்த்து இவன் நொந்து போயிருந்தான். 'பறவைகள் பலவிதம், ஒவ்வொன்றும் ஒருவிதம், பார்வைகள் பலவிதம், ஒவ்வொன்றும் ஒருவிதம்.... சிவாவும் செல்வரதியும் பிணைந்திருந்தார்கள். திரைக் கலைஞர்கள் தோற்றார்கள். திருமணத்திற்கு முன் இத்தனை தேவையா? யாருக்குக் காட்டுகிறார்கள், ஏனிந்த அவலங்கள்? புனிதமானதில்லையா? 'இச்சையோடு பார்த்தால் விபச்சாரம் செய்தாயிற்று... விவிலிய வாசகங்கள் ஓடின.

கடைசிவரை கண்ணுக்குக் கண் பார்த்துக் கொள்ளாமல் தாலி கட்டும், முதலிரவும் முடிந்த காலையில் முகங்கள் விழுந்து கொண்ட காலங்கள் நினைவில் நின்றன. ஏழைத் திருமணம் ஒன்றை ஒரு ஃப்ளக்ஸ் முடித்து விடும். இருபதுக்கு இருபது ஜோடி. மெகா திருமணம். ஒவ்வொன்றிற்கும் ஒவ்வொரு ஸ்பான்சர். வாவரக் காய்ச்சி மரத்திற்கும், மின் கம்பத்திற்குமாக நின்ற தட்டியில் 'நாகலோகதவம்... இருந்தான். 'அன்றலர்ந்த மலர் ஒன்று இன்று முதல் உன்னுரிமை... கவிப்பேரரசைக் கதற வைத்தான். தவமணி என்கிற நாகலோகதவத்தின் கவிதை ஒன்று முல்லை மலரில் முன்பு வந்திருக்கிறது.

பத்தைத் தொட்டார்கள். இன்னும் பாதி. தர்மர் எடுத்து மூடுவதற்குள் செல்ல வேண்டும். தூங்கிக் கிடந்தால் தெரியாது. விழித்து நடந்தால் வயிறு பிய்த்துப் பிடுங்கும். எண்ணெய்க் குளியலில் கோழிக்கறி போல் வறுத்தெடுத்துப் போடுவான் புரோட்டாவை. கொதிக்க கொதிக்க ஊற்றுவான் சால்னாவை. நிச்சயம் நான்கைந்து எலும்புகள் அதில் விழும். நொறுங்கி விழுந்து பதமாகும் புரோட்டாவின் ருசி சேர்த்து இரண்டு கேட்க வைக்கும். தேவையோ இல்லையோ, தேங்காய்ச்சட்னி, தக்காளிச்சட்னி, காரச்சட்னி, வெங்காயச்சட்னி, மல்லிச்சட்னி, புதினாத்துவையல் என இலை நோக வைப்பான். அறுசட்னி அரசன். முட்டையைப் பலவிதங்களில் பண்ணித் தருவான். பணியாரம் போல் கும்மென்று வரும் கரண்டி ஆம்லேட்டிற்கு ஒரு கூட்டம் காத்திருக்கும். குறுகிய காலத்தில் பைபாஸ் ரோட்டில் இருபது சென்ட் தேற்றினான் தர்மர். புது பஸ் ஸ்டாண்ட் வந்த பிறகு ஒரு கோடியில் மதிப்பு எகிறியது.

இறுதிப் பரிமாறல்களில் இருந்தான் தர்மர். வேலையாட்கள் அவன் எடுத்துத் தருவதை இலைகளில் சேர்த்துக் கொண்டிருந்தனர். கடை கண்ணிகள் ஒர்ஷாப்புகள் முடித்து வந்தவர்கள் விழுங்கிக் கொண்டிருந்தார்கள்.

'என்ன ராஜேஷ் ரெண்டாங் கெட்ட நேரம்'? கல்லாவுக்கும் கல்லுக்குமாக இருந்த தர்மர் கேட்டான். தெருத்திருப்பத்தில் இவன் வீடு. கடைசியில் அவன் இருந்தான். நுழைந்தாலும் வெளியேறினாலும் கண்ணுக்குக் கண். ஒரு புன்னகை., ஒரு சொல் எதுவாவது இருக்கும்.

'சிவாவுக்குக் கல்யாணம்...'இழுத்தான்.

'அதே உத்திக்கு உத்தி வாரயான்னு காளவாச மொதலாளியக் கூப்பிடுறானாமே... அவெ எம்புட்டுப் பெரிய ஆளு... சாரட் வண்டியில கல்யாணம் பண்ணுனவெ... ரஷ்யாவுல தொழில் நுட்பம் கத்துக் கிட்டவெ...'தர்மர் ஊர்ப்புள்ளி விபரங்களில் வல்லவன்.

'ஒங்களுக்கப் பத்திரிக்க குடுத்தானா அண்ணாச்சி...'

பந்தல் காண்ட்ராக்டர் கடைக்குள் நுழைந்தான். தட்டி கட்டும் ஆட்கள் மேஜைகளைப் பிடித்தார்கள்.

'குடுக்காம என்னா... எனக்கென்னா அவெ விரோதியா? ஏங் கஸ்டமர்தான... நாள் தவறுனாலும் பார்சல் தவறாது...'என்றவன் வியப்பு மேலிடச் சொன்னான். 'விரிச்சுப் படுக்கலாம் போல ... அம்புட்டுப் பெரிய பத்திரிக... ஒண்ணுக்கு ஒரு கிலோ ஆட்டுக்கறி எடுத்திரலாம் போல... இம்புட்டுக் காசு எங்குட்டுய்யா சேந்துச்சு...'

அனைவரும் அமர்ந்தார்கள். இலைகள் விழுந்தன. இத்தனைக்குப் பின் சில்லரைத்தட்டுப்பாடு வருவதற்கில்லை. எனினும் கை கழுவும் வரை கமுக்கமாக இருக்க வேண்டும்.

அதில் கொஞ்சம் இதில் நிறைய என்று மீந்த மாவுகளில் முழு விருந்தையும் படைத்து முடித்தான் தர்மர். எழுநூற்றிப் பத்து பில். நல்ல வேளை இரண்டாயிரம் தந்தான். எடுக்க எடுக்க ஐநூறு வந்திருந்தால் இன்னொரு ஐநூறுதான் கிடைத்திருக்கும். ஆயிரத்திற்குள் அனைத்தையும் நடத்த வேண்டும். வண்ண மயமாய் வெளிப்பட்ட தாளை வாங்கிக் கொண்டான் தர்மர். 'ரெண்டாயிரமா?'என்றான் முதல் தடவை பார்ப்பதைப் போல்.

'ஏம்'... பாத்ததேயில்லியா... பொழக்கத்துக்கு வந்து எம்புட்டுப் பேர சாக வச்சிருக்கு...... கேட்கத் தோன்றியது. மாற்றும் வரை சொல்வதற்கு ஒன்றுமில்லை.

இழுப்பறையில் நோட்டுக்கள் பிதுங்கின. எம்பி வருவதை இரு கைகளால் அமுக்கினான். முக்கால்வாசி மூடினான். எடுப்புக் கடை போல்தான். மாலை மூணு மணி. நள்ளிரவு பண்ணிரன்டு. அதற்குள் இவ்வளவு. கல்லா திமுறுகிறது. 'இவனுக்கு எங்கேயோ மச்சமிருக்கு...... என்று நினைத்துக் கொண்டான்.

தர்மர் நிதானித்தான். வாங்கிய மாத்திரத்தில் உள்ளே போட்டு விடவுமில்லை. நாள் தோறும் பார்க்கும் ஆள். தேங்குகிறான். இருப்பது அது ஒன்றுதான். பிதுக்கி எடுத்தாலும் வேறு வருவதற்கில்லை.

'இத எங்க வாங்குன?...'நோட்டை டியூப் லைட்டுக்கு நேரே தூக்கிப் பிடித்தான்.

'என்ன அண்ணாச்சி... என்னவாம்...? நம்ம சிவாதான் குடுத்தான்...'

'அவெஞ் சேப்புலயே போயி வச்சு விடு...'மீந்து வரும் மாவை வழித்து வட்டக்கல் முழுக்க இழுகினான்.

'அவெஞ் சேப்புலயே வய்க்கிறதுக்கா இம்புட்டுத் தூரம் வாங்கியாந்தே...? உள்ளுக்குள் எழும் எரிச்சலை அமிழ்த்திக் கொண்டான்.

'பட்டப் பகல்ல எங்கியாச்சும் குடுத்திருந்தீங்கன்னா கதையே வேற... இது கள்ள நோட்டு... எப்பயுமே பெரிய பெரிய நோட்டுகள ஒரு தடவைக்குப் பத்துத் தடவ கவனிச்சு வாங்கணும்... நம்பர் எப்பிடி விழுந்திருக்கு... கம்பி இருக்கா... ஒரிஜினலா... ஜெராக்ஸா... ஆயிரத் தெட்டப் பாக்கணும்... விசுக்குன்னு வாங்கி சேப்புல வச்சுக்கக் கூடாது...'முகம் துவங்கி முழுசும் வேர்த்திருந்தான் தர்மர். நிறம் விளங்காத கைலி பனியனுடன் குதிர் போல் தெரிந்தான்.

'சிவா அப்படியாப்பட்ட ஆள் இல்ல... அவன்ட்டருந்து எப்பிடிக் கள்ள நோட்டு வரும்?...'பதட்டத்தை மறைக்க முயன்றபடி இவன் கேட்டான்.

'வெளுத்ததெல்லாம் பால்னு பேசுறே... கூடுதல் மதிப்பு நோட்டுக... இப்பல்லாம் பிக்பாக்கெட்காரய்ங்களப் பெரிய கோடீஸ்வரனாக்கிடுச்சு... நூத்தக் கெடுக்குமாங் குறுணிங்கிற மாதிரி... நல்ல நோட்டுல கள்ளத் தாளு சேந்து யோக்கியங்கள அயோக்கியங்களாக்கிடுச்சு... குறுக்கு வழீல சம்பாதிக்கணும்ங்கிற உணர்வு ஒருத்தருக்குச் சொந்தமா என்ன?...'பரமசிவன் கழுத்துப் பாம்பு கருடனை விசாரிக்கிறது. மாவு பிசைகிறவன் மனசைப் பிசைகிறான்.

இந்த இரவில் ஏன் வந்தோம் என்றிருந்தது. ஒரு வேலையாகப் போய்விட்டேன் என்று நழுவியிருக்கலாம். முகூர்த்த வேளையில் வந்து கூட்டத்தோடு கோவிந்தா போட்டிருக்கலாம். எவன் தாலி கட்டினால் என்ன, எக்கேடு கெட்டுப் போனால் என்ன? இப்படியா எதற்கும் வசதியாய் இரண்டாயிரம் இருக்கும். அதிகாரம் இருக்கிறது ஐம்பதாயிரம் ஒரு லட்சம் என்கிற மதிப்பில் முழு நோட்டுகளாக அடிக்காமல் விட்டு விட்டார்கள். பதுக்கிச் சேர்க்க இன்னும் வசதியாக இருந்திருக்கும். உலகக் கோடீஸ்வரர்கள் எண்ணிக்கை கூடியிருக்கும். பணம் வீங்கினால் என்ன, இளைத்தால் என்ன?

தர்மர் என்பதால் தலைப் பாகையோடு போயிற்று. வேறொருவன் என்றால் 'கள்ள நோட்டுக் கொண்டாந்து ஒரு கட்டுக் கட்டிட்டியா?... என்று பிடித்துக் கொள்வான். போலீஸ் வந்து நிற்கும். துருவி விசாரித்து கடைசியில் புது மாப்பிள்ளை கரங்களில் மாலைக்குப் பதில் விலங்கு பூட்டி விடுவார்கள்.

தொழிலாளர்கள் ஒவ்வொருவராக வெளியேறிக் கொண்டிருந்தார்கள். பந்தல் காண்ட்ராக்டர் இவனிடம் வந்தான்.

'இன்னும் பாதி கட்டணுந் தம்பி... லிஸ்டக் குடுத்துட்டு நீங்க போறதுன்னாப் போங்க... கொஞ்சமாச்சும் தூங்கி எந்திரிச்சாத்தான மாப்ளத் தோழனா மணவறையில நீங்க நிய்க்க முடியும்...'என்றவன் ஈரக் கைகளை அழுந்தத் துடைத்தவாறே இன்னும் நெருங்கினான்.

'வேல முடியப் பளபளன்னு விடிஞ்சுரும் தம்பி... டீத்தண்ணி ஊத்தனும்... டீசல் போடணும்... மிஞ்சுனதக் குடுங்க... சிவாத் தம்பிகிட்ட கணக்குச் சொல்லிக்கிறலாம்...'

- 'புக்டே' இணைய இதழ் - 2022

9
இணக்கம்

கணவனிடம் சொன்ன போது கூட அவன் நம்பவில்லை. 'புலி மாமிசத்த மறுத்திட்டதாச் சொல்ற மாதிரில்ல இருக்கு இது..' என்று ஒரு தினுசாகக் கூறியவன், 'பேசாம மத்த வேலைகளைக் கவனி... போற எடத்திலயாவது கொஞ்சம் நிம்மதியா இருக்கலாம்..' இதுவரை நிம்மதியற்ற வாழ்க்கையை வாழ்ந்ததைப் போலும், இட மாற்றத்தின் மூலம் நிவாரணம் பெற முடிவதைப் போலும் அவன் சொன்னான்.

ஆனால் புவனேஸ்வரி அன்று காலை கலாவதியுடனான ஷண நேரச் சந்திப்பில் பெற்ற புத்துணர்வுடனேயே கணவனுடன் பேசினாள்.

'எப்பிடியோ போ... ஆனா இதுல என்னையச் சேக்காத எனக்கு என்னிக்கோ எல்லாம் விட்டு போச்சு.. இவங்களோட தொந்தரவுக்காக மட்டும் நாம இந்த வீட்டக் காலி பண்ணுனோம்னு இல்ல.. பொதுவாகவே சூழ்நிலைகள் அப்படி அமைஞ்சுடுச்சு.. அதப் பத்தி இப்ப ஒண்ணும் கொழப்பிக்க வேணாம்.. பட்டுனு மூட்டயக்கட்டு...'

ஏற்கெனவே சில சாமான்கள் புதிதாகக் குடியேறவிருக்கிற வீட்டிற்குப் போய் விட்டன. புவனேஸ்வரியின் தம்பிகள் இருவர் ஊட மாட உதவியதில் புவனேஸ்வரியும் அவள் கணவனும் சிறிது தெம்புற்றிருந்தார்கள். அடுத்த தெருவில் இருக்கும் அந்த வீட்டில் மேலும் சில சாமான்களைக் கொண்டு போய் வைப்பதற்காக வரவிருக்கும் தம்பிகளுக்காக வாசலில் நின்ற போது தான் அவள் - பக்கத்து வீட்டு கலாவதி - புவனேஸ்வரியை நெருக்கத்துடன் பார்த்தாள்; அதில் லேசான தவிப்பு இழையோடிக் கனிந்தது.

இப்படி வீடு மாற்றம் கொள்கிற நாளில் சனியன் தொலைந்தது என்று சாடை மாடையாக வேணும் நிம்மதிப் பெருமூச்சை வெளியிட்டுக் கொண்டு அலட்சிய நடை பயில்வாள் என்று கருதியதற்கு மாறான அவளின் அசைவுகள் புவனேஸ்வரியின் வியப்பை மிகுதிப்படுத்தின.

அவள் கணவனும், தன் கணவனும் வெளியே சென்றிருக்கிற நிலையில், தனது இரு பையன்களும், அவளின் இரண்டு பிள்ளைகளும் பள்ளி சென்றிருக்கிற வேளையில், அவளின் பார்வைக் கனிவு பதுங்கிப் பாய்கிற புலியின் தன்மை பெறும் என ஐயுற்றவளாய் வீட்டிற்கு உள்ளேயும் போகாமல் வெளியேயும் நகராமல் நின்ற இடத்திலேயே நின்றாள், என்ன நிகழ்ந்தாலும் அதைச் சமாளிப்பதற்குரிய பக்குவ நிலை பெற வேண்டுமெனும் எண்ணங்கள் அவளுள் ஓடின.

நடையிலிருந்த தயக்கம் உடலின் ஒவ்வோர் அசைவுகளிலும் மிளிர நெருங்கிய கலாவதி 'அக்கா.. நெஜம்மாவே.. இந்த வீட்ட விட்டுப் போறீங்களா?...' என்று கேட்டாள்.

கலாவதியின் பாவனையும் கேள்வியும் தான் சற்றும் எதிர்பாராத ஓர் அதிர்ச்சியில் தன்னை ஆழ்த்தி விட்டதை போல் விக்கித்து நின்றாள் புவனேஸ்வரி. 'இப்படியும் மனநிலை மாறுமா?... இவளுக்கு என்ன ஆயிற்று? ஏன் இப்படிக்கேட்கிறாள்? ஒரு வேளை சூசகமாக நாடகமாடித் தன்னை ஏமாற்றப் பார்க்கிறாளா?'

வியப்பும் திகைப்பும் ஒரு சேர தன்னை அடித்துப் போட்ட நிலையிலும் தான் பேசாது நின்றால் அவள் முன் சிறுத்துச் சின்னாபின்னப்பட நேரும் என்ற ஜாக்கிரதை உணர்வில் புவனேஸ்வரி வார்த்தைகளை மென்று விழுங்கிக் கொண்டு பேசினாள்.

'ஆமா.. எல்லா ஏற்பாடும் முடிஞ்சுச்சு.. இன்னும் கொஞ்சம் சாமாங்கதே போக வேண்டியிருக்கு.. அப்புறம் நாளைக்கு அந்த வீட்டுக்குப் போயிருவோம்..'உள்ளூறும் எண்ணங்களில் இழையும் விடுதலை உணர்வுடன் அவளிடமிருந்து சொற்கள் வெளியேறின.

'என்னமோ மனசு கேட்கல.. ஏதோ சொந்த அக்கா கூட முட்டி மோதி இருந்த மாதிரி ஒரு நெனப்பு... நீங்க வீடு மாறுறதக் கேள்விப்பட்ட ஒடனே எப்பிடியோ ஆயிடிச்சு.. காலைலருந்து ஏதோ தப்பு பண்ணிட்ட மாதிரி ஒரு இது.. அதா..' தட்டுத் தடுமாறி, திக்கித் திணறிக் கலாவதியிடமிருந்து வார்த்தைகள் வந்தன.

தன் கண்களையே தன்னால் நம்ப முடியாமலிருந்தது புவனேஸ்வரிக்கு. 'இது என்ன விநோதம்? தன்னுடன் பேசிக் கொண்டிருப்பது பக்கத்து வீட்டுக் கலாவதி தானா?'

இரண்டு ஆண்டுகளுக்கு முன் புவனேஸ்வரி புதிதாக இந்த வீட்டிற்குக் குடிவந்த போது கலாவதி அவளுக்கு முன்பே பக்கத்து வீட்டில் குடியிருக்கிறவளானாள். கணவன் நகர் மையத்தில் சைக்கிள் கடை வைத்திருந்தான். நான்காம் வகுப்பும், ஐந்தாம் வகுப்பும் படிக்கிற ஒரு பெண்ணும், பையனுமாய் கச்சிதமான குடும்பம் தான்.

ஆனால் கச்சிதமான பேச்சுகளுடன் கனிவு மிக்க நட்பை நீட்டித்துக் கொள்ளத்தான் அவளால் முடியவில்லை. குழந்தைகளின் சண்டையைப் பெரிய சண்டையாய் மாற்றி விட்டிருக்கிறாள்.

நகராட்சியில் பணிபுரியும் புவனேஸ்வரியின் கணவன் மாலையில் குறித்த நேரத்தில் வீட்டிற்கு வந்து விடுவதும் கலாவதியின் குழந்தைகளைப் போன்றே வயதும், தகுதியும் வாய்ந்த தன் இருபையன்களும் பள்ளி விட்டு வந்த பின் அவர்களுக்கு 'ட்யூசன்' சொல்லிக் கொடுக்க உட்காருவதும் கலாவதிக்கு முதன்முதலில் எரிச்சலையோ அல்லது ஆதங்கத்தையோ ஏற்படுத்திய பிரச்சனையாக உருமாற்றிற்று.

அவர்கள் குடிவந்த முதல் வாரத்திலேயே தன் கணவருடன் ஆக்ரோஷமாக மோதினாள் கலாவதி.

'நீங்கள்ளாம் என்ன பொழப்புப் பொழைக்கிறீங்க. காலைல ஆறு மணிக்குக் கடையத் தொறக்கப் போயி நைட்டு பத்துமணிக்கு வீட்டுக்கு வந்தா புள்ளைக என்னத்த உருப்படும்..' என்று கத்திய போது அவள் கணவன் வலிந்து அவளை அடக்கினான்.

'அஞ்சு வெரலும் ஒண்ணு போல இருக்காது, கலா. அதுமாதிரி எல்லாரும் ஒண்ணு போல இருக்க முடியாது.. அவங்கவங்களுக்கு வாச்ச வேலயும் சூழ்நிலையும் அப்படி.. அதுக்காக நாம என்ன பண்றது...'

இது பொதுவான ஒரு பிரச்சனையாகத் தான் ஓர் இரவில் கலாவதியால் பேசப்பட்டது. ஆனால் அது பொறாமை மிக்க தன்மை படிந்து வளரும் என்று புவனேஸ்வரி முதலில் கருதிப் பார்க்கவில்லை.

நகராட்சிக்குக் கிளம்புமுன் அவளுடன் கணவனும் சேர்ந்து குழந்தைகளைக் குளிப்பாட்டி உடையுடுத்தி ஆவன செய்து பள்ளிக்கு அனுப்புவதும், பல சமயங்களில் முதல் நாள் மாலை ட்யுசனோடு மறுநாள் அதிகாலையிலும் சொல்லித் தரும் முகமாக

ஐந்து மணிக்கெல்லாம் எழுந்து குழந்தைகளைத் தயார் செய்வதும் கலாவதியின் எரிச்சலை மிகுதிப்படுத்தியது போலும்.

பிள்ளைகள் சில நேரங்களில் விளையாட்டு வினையாகும் வண்ணம் நடந்து கொள்கிற போது பிரச்சனையைப் பெரிதாக்கக் கலாவதி தயங்கவில்லை.

தெருவில் உப்பு மூட்டை விளையாட்டு போல் ஒன்றை நிகழ்த்திக் கொண்டிருக்கும் போது கலாவதியின் மகளைப் புவனேஸ்வரியின் மகன் தவறி முதுகிலிருந்து கீழே விட்டதன் விளைவு கலாவதியின் ஆக்ரோஷக் குரலை எழுப்ப வல்லதாக இருந்தது. கோபத்தில் கொதித்துக் கூச்சலிட்டாள்.

‘சின்னப் புள்ளைங்க.. ஏதோ அவங்க வெளையாடுனாங்க.. என்னமோ ஆயிடிச்சி.. அது ஒண்ணும் பெரிய பிரச்னையில்ல இப்ப அடிச்சுக்குவாக பெறகு கூடிக்குவாக.. அதுக்காக நாம பக்கத்து வீட்டுல இருந்துக்கிட்டு பகைச்சுக்கக் கூடாது..' என்று புவனேஸ்வரி சமாதானப்படுத்தியும் பெரிதாய்ச் சீறினாள் கலாவதி.

‘ஆமாமா, சின்னப் புள்ளைக.. பொல்லாத சின்னப் புள்ளயக் கண்டுட்ட.... எரும மாடு மாதிரி வளர்ந்திருக்கான்.. ஏம் மகள வேணுமின்னே முதுகிலேர்ந்து கீழ விழுக்காட்டியிருக்கான்..' நரம்புகள் விண்ணென்று புடைக்கச் சேலையை வரிந்து கட்டாத குறையாக நின்று கொண்டு சண்டைக்குக் கட்டியம் கூறுகையில் புவனேஸ்வரி செய்வதறியாது திகைத்துப் போய் நின்றாள்.

இருப்பினும் ஒன்றுமே கூறாமல் இருப்பதன் மூலம் பிரச்சனைக்கு விடிவு ஏற்பட்டு விடப்போவதில்லை என்று உள்ளுணர்வு உறுத்த கலாவதியின் அவதூறால் பாதிக்கப்பட்ட நிலைக்கு ஆளானாள்.

‘அபாண்டமாப் பொய் சொல்லாத.. வேணும்னே கீழ தள்ளி விடுற அளவுக்கு முட்டாள நா மகனாப் பெறல...' கலாவதியின் சினம் பன்மடங்காய்ப் பெருகி ருத்ர தாண்டவத்திற்குத் தள்ளியது.

‘அப்ப நாந்தே பொய் சொல்றேங்குறியா? ஏம் மகனும் பொய் சொல்றான்றே.. நாங்க எல்லாம் முட்டாளுக.. நீயும் ஒம் மகனும்.. ஏ ஒங்க பரம்பரையே ஞானக் கொழுந்துங்க.. அப்படித்தானே..' ஓரிருவர் வேடிக்கை பார்த்தது போக இபபோது கலாவதியின் பேச்சின் தன்மையில் ஏற்பட்ட மாற்றம் தெருவையே கூடி நிற்கச் செய்தது. ஒருவருக்கொருவர் நியாயம் கற்பித்துக் கொள்வதன் மூலம்

பிரச்சனை அவரவர் கணவன்மார்கள் வரும் வரை நீடிக்கக் கூடியதாக இருந்தது.

கலாவதியின் கணவன் ரொம்பவும் முரட்டுத் தனம் வாய்ந்தவனில்லை. ஆரம்பத்தில் சிறிது வேகம் காட்டினாலும் போகப் போக நிலைமைகளைப் பரிசீலிக்கும் குணாம்சம் மிக்கவனாயிருந்தான். மனைவியின் அதீதமான தூண்டுகோல் அவனைச் சிற்சில சமயம் திணறடிக்கக் கூடியதாக இருந்தது.

புவனேஸ்வரியின் கணவன் ஆரம்பத்திலிருந்தே அடக்கி வாசிக்கக்கூடியவனாயிருந்ததால் பிரச்சனையைப் பெரிதாக்குவது அவசியம் கருதி என்பதைப் போலிருந்தது.

வழக்கத்துக்கு மேல் அன்றைக்கு முதலில் வந்த புவனேஸ்வரியின் கணவனுக்குச் சண்டையின் சாராம்சம் புலனானதும் மௌனித்தான், கமுக்கமாக வீட்டிற்குள் போனவன் சாப்பிட்ட கையோடு உள்ளிருந்தபடியே வெளிவாசலில் தெரிந்த பையன்களை வருந்திச்சைகை செய்து அழைத்து உள் வைத்து, ஓசையின்றிப் பல் நெரித்துக் கண்டித்து ட்யூசனைத் துவக்கினான்.

புவனேஸ்வரியும் கூட கணவன் வந்த பின் கலாவதியுடனான வெளி மோதலைத் தவிர்க்க எண்ணி பேச்சைத் துண்டித்துக் கொண்டு காபிபோட சமையலறைக்குள் நுழைந்து விட்டாளாயினும் அவள் எதிர் பார்த்ததைப் போல் கலாவதியின் பேச்சில் சுருதி கொஞ்சம் கொஞ்சமாகக் குறைந்து அடங்கிவிடும் என்பதற்கில்லை. அது அவளது கணவன் வந்த பின்னும் சில பிரச்சனைகளை சுவீகரித்துக் கொண்டுதான் விடைபெறும் போலிருந்தது.

'பாரு.. வந்த ஆம்பளை பொண்டாட்டி புள்ளயக் கண்டிச்சு வச்சாத்தானே வீடு உருப்படும்.. வர்றது.. ஏதோ ஒண்ணும் நடக்காதது மாதிரி போயி அந்த அழகுப் புள்ளைகளுக்கு பாடஞ் சொல்லித்தர ஒக்காந்துர்றது.. புள்ளைகள இப்படித் தட்டிக் குடுத்து வளத்தா அது அடுத்த புள்ளைகளச் சும்மாவா விடும்.. கொல்லக்கூடத் தயங்காது.' என்றவாறு தன் ஆலாபனைகளைத் தொடர்ந்திருந்த என் கலாவதி பின் வாங்கி விட்டது போல் தோன்றிய தன் பெண் பிள்ளைக்குப் 'பூஜை' கொடுப்பது துணி துவைக்கும் ஒலியாய்க் கேட்டது. கூடவே எரிச்சலோடு எரிச்சலாய் இன்னொரு பையனின் முதுகும் துவைக்கும் கல்லானது.

தன்னோடு சேர்த்துக் குழந்தைகள் மட்டுமின்றிக் கணவனும் பழிக்கப்படுவது தன் பரம்பரைக்கே வந்த இழுக்கு போன்று

சமையலறையிலிருந்த புவனேஸ்வரி பதறினாள். காப்பிக்காக வைத்திருந்த பால் பொங்கி வழிந்து அடுப்பை அணைக்கிற உணர்வுகூட இன்றி சிலிர்த்துப் போய்ச் சமையலறையிலிருந்து ஆவேசத்துடன் வெளியேறி வந்தபோது நடையில் சலனமற்ற முகத்துடன் குழந்தைக்குப் பாடம் சொல்லிக்கொடுத்துக் கொண்டிருந்த அவளது கணவன் கைகளை அழுத்தமாக வீசித் தடுத்த போதும் அவள்,

'பாருங்க.. அவ என்ன சொல்றான்னு.. என்னென்ன மனசுல நெனச்சாளோ தெரியல.. இப்ப அடிச்சிக்கிட்டு நாளைக்குக் கூடிக்கிர்ற சின்னப் புள்ளைங்களுக்காக இப்பிடி நம்ம குடும்பத்தவே நாறடிக்கிறாளே.. நீங்களும் பேசாம கல்லுப் பிள்ளையார் மாதிரி ஒக்காந்துட்டீங்க..' பாதந்தொட்டு உச்சந் தலைவரை இனம் புரியாத நடுக்கம் பிரவகிக்க நிலை கொள்ளாமல் குமுறினாள்.

வெளியில் அவளுடைய பேச்சு எட்டி விபரீதம் மேலும் வளரக் கூடும் என்று எண்ணிய அவளது கணவன் மெல்லக் குசுகுசுத் தான்:

'என்ன பேசினாலும் பேசாம இரு.. இது உண்மையாவே சண்டை போடுற மாதிரி இல்ல. நேரத்த வீணடிக்கிற வேலை மாதிரி இருக்கு.. தாம் புள்ளைக படிக்காம சுத்துற எரிச்சல்ல அமளிதுமளி ஏற்படுத்தி நம்ம புள்ளைங்களோட படிப்பையும் கெடுத்திடலான்னு நெனைக்கலாமில்ல..'

'என்ன புருஷனும் பெண்டாட்டியும் ஓரேயடியாக் கொஞ்சிக்கிறீங்க... வெளிய வந்துபேச வெக்கமா?.. உள்ளருந்தே எல்லாத்தையும் கொட்டித் தீத்துடாதீங்க.. நீங்கதே ஏதோ குடும்பங்குட்டி வச்சிருக்கிறது மாதிரி பவுசு பண்ணிக்கிறீங்க' கலாவதி தொடர்ந்து பேச்சில் சாணை பிடித்துக் கொண்டே போனாள். இது முட்டித் தீர்க்க முடியாத காளை என்ற முடிவுடன் மௌனமாய்ச் சமையலறைக்குத் திரும்பினாள் புவனேஸ்வரி.

எனினும், கலாவதியின் கணவன் வரும் வரை புலம்பிக் கொண்டேயிருந்தாள் வழக்கம் போல இரவு ஒன்பது மணிக்கெல்லாம் கதவைத் தாழிட்டுப் படுத்துக் கொண்ட புவனேஸ்வரி தன் கணவனின் குறட்டையொலி கேட்ட பின்பும் உறங்கிக் கொண்டிருந்த பையன்களுக்கு மத்தியில் விழித்துக் கிடந்தாள். கலாவதியின் கணவன் வந்தபின் ஏற்படும் விளைவுகளை அனுமானிப்பதற்காக அவளது மனம் தத்தளித்தது.

இரவு பத்தரை மணி வாக்கில் கலாவதியின் கணவன் வந்த போது அவளின் ஓலம் பன்மடங்காய்ப் பெருகி வழிந்தது. புவனேஸ்வரி சற்றும் எதிர்பாராத வகையில், கலாவதி தன் கணவனிடம் பிரச்சனையைத் திசை திருப்பி விட்டாள்.

'சின்னப்புள்ளைக.. ஒண்ணுக்கொண்ணு அடிச்சிக்கிரும்.. நாளக்கிக்கு கூடிக்கிரும்.. ஆனா அதுக்காக நம்ம குடும்பத்தவே கையாலாகாத குடும்பங்கிற மாதிரியல்ல புருஷனும் பெண்டாட்டியும் வீட்டுக்குள்ளருந்து கொட்டி மெழுகுறாங்க.. சாயங்காலம் நாலு மணியிலிருந்து ஓயல.. நீங்க வர்ற நேரம்பார்த்து ஓஞ்சு கதவைப் பூட்டிட்டுப் படுத்திட்டாங்க..' என்று தூபம் போட்டாள்.

அலுத்துக்களைத்த நிலையில் முகம் கழுவிக் கொண்டு சாப்பிட உட்கார்ந்த அவளது கணவன், 'ம்... அப்பறம்...' என்று எரிச்சலுடன் கேட்டான். தாமத வருகையோடு மனைவி தரும் 'பரிசு'ம் சேர்ந்து அவனது கோபத்தைத் தூண்டக் கூடியதாக இருந்தது.

'அப்புறம் என்ன. என்ன பேசணுமோ எல்லாம் பேசித் தீத்தாச்சு.. எல்லாம் தொழில வச்சிப் பாக்குறாங்க.. மதியக்கஞ்சியக் கூட அங்குனயே கொண்டுட்டுப் போயிக் குடிச்சுக்கிட்டு ராவும் பகலும் சைக்கிளுக் கடையில இருந்துட்டு வர்றீங்க.. இங்க ஒருத்தி காலத்தோட வீடு வந்து சேர்றவங்க மத்தியில சிக்கிக்கிட்டுத் தவிக்கிறே.. எல்லாம் ஏந் தலையெழுத்து. நாலு காசு சம்பாதிச்சாலும் நறுக்கா நடந்துக்கிறோம்கிற திமிருதான் அவங்கள அப்படியெல்லாம் பேசச் சொல்லுது.'

அலுப்புத் தீராமலேயே ஆயாசத்துடன் கொட்டாவி விட்டுக் கொண்டே சாப்பிடத் துவங்கிய கலாவதியின் கணவன் 'ம்.. ம்.. சரி.. விடு.. இப்ப புள்ளய யாரும் கடிச்சுத் தின்னுபோடலேல்ல.. அந்த அளவுல பரவாயில்ல.. இங்க தன்னால மனுஷம் படுறபாட்டுல நீ வேற ராமாயணத்த ஆரம்பிச்சுடுறே..' என்ற வண்ணம் சாப்பிட்டு முடித்து விட்டுக் கைகழுவிய வேகத்தில் படுக்கையில் சரிந்துவிட்டான்.

ஏதேதோ நடக்கும் என்ற கற்பனைக்கவலைகளில் ஆழ்ந்திருந்த புவனேஸ்வரிக்குக் கலாவதியின் கணவனின் நிலை சிறிது ஆசுவாசத்தை அளித்தது. இது போன்ற பிள்ளைகள் சண்டை முன்பு பெரிதான போது அவன் காட்டிய தீவிரமும், வெளிப்படையாகவே தன் கணவனுடன் மோத எத்தனித்ததும் பின்னர் தன் கணவனின் சீரிய அணுகுமுறையால் அவை தவிர்க்கப்பட்டதெல்லாம்

நினைவுக்கு வரவே இன்றைய அவனது நிலை வியப்பை ஊட்டியது. தன் கணவனும் அவனுமாய்ப் பாய்ந்து கொள்ளும் சூழ்நிலையைச் சித்தரித்திருந்த அவளது மனது நிம்மதிப் பெருமூச்சில் ஆழ்ந்தது. சிறிது நேரத்தில் உறக்கமும் தழுவியது.

இப்படி அடிக்கடி குழந்தைகள் பிரச்சனைகளால் மோதிக் கொள்ளும் இயல்புகளுக்குப் பின்னால் புவனேஸ்வரியும் அவளது கணவனும் சிறிது விழிப்புப் பெற்றவர்களானார்கள். பிரம்ம பிரயத்தனத்துடன் தம் குழந்தைகளை கலாவதியின் குழந்தைகளுடன் விளையாடுவதினின்று தவிர்க்கமுயன்றார்கள். எனினும் குழந்தைகள் தானே! மீண்டும் மீண்டும் சேர்ந்தன; பிரச்சனைகள் தொடர்கதையாயின.

இத்தனை சண்டைகளுக்கூடேயும் சில மௌனப் பார்வைகளும், சாடை மாடையான சேர்க்கைகளும் இருந்தன. கீரை மீன் முதலானைவை விற்று வரும் வேளையில் இருவருமே சேர்ந்து விலை குறைத்து வாங்குவதில் முன் நின்றார்கள். ஓர் எல்லைக்குட்பட்ட விலைக்கு வாங்கிய பின் இருவரும் புன்னகைத்து சமரசம் ஆனார்கள்.

ஆனால் சாயங்காலச் சூழ்நிலையிலிருந்து தான் கலாவதியால் மீண்டு கொள்ள முடியவில்லை. புவனேஸ்வரியின் குழந்தைகள் முறைப்படி கற்றுப் பள்ளியில் முதன்மையாகும் வேளையில், எஸ். எஸ்.எல்.சி படித்திருக்கிற தன் கணவனும் குறிப்பிட்ட நேரத்தில் வீட்டிலிருந்து சொல்லிக்கொடுத்தால், படிப்பில் புவனேஸ்வரியின் குழந்தைகளுக்குப் பின்னால் நிற்கும் தன் குழந்தைகளும் முன்னேறுமே என்ற ஆதங்கத்திலிருந்து அவளால் விடுபட இயலவில்லை ஆரம்பப் பள்ளியோடு நின்று விட்ட அவளால் இன்றைய கல்வி நிலைப்பாடுகளையொட்டி குழந்தைகளை நிறுத்திப் பிடித்துச் சொல்லிக் கொடுக்க முடியவில்லை.

சாயங்காலம் பள்ளியிலிருந்து வந்தவுடன் பைக்கட்டுகளை வீட்டிற்குள் வீசி எறிந்து விட்டு ஓட எத்தனிகும் குழந்தைகளைப் புவனேஸ்வரியின் கணவன் இழுத்துப் பிடித்து நிறுத்திப் படிப்பில் ஈடுபடுத்துவதைப் போல் தன் கணவனின் நிலை இல்லை என்ற ஒன்றே கலாவதியைச் சதாவும் அலைக்கழிக்கக் கூடியதாயிருந்தது.

புவனேஸ்வரி இதைப் பல்வேறு சூழ்நிலைகளிலிருந்து தெரிந்து கொண்டாளாயினும் அதற்குத் தான் என்ன செய்ய முடியும் என்று

வாளாதிருந்தாள். அவரவர் வாழ்க்கை அவரவர்க்கு அமைந்த விதம் என்பதற்கு மேலாக அவளால் ஒன்றும் சிந்திக்க முடியவில்லை.

இரண்டு வருஷ ஒத்தி முடிந்த பின் மேலும் இரணடு வருஷம் ஒப்பந்தம் செய்து கொள்ள வீட்டுக்காரர் விரும்பிய போதும் புவனேஸ்வரியும் அவளது கணவனும் விரும்பவில்லை. இடையே பார்த்து உறுதி செய்திருந்த வீட்டிற்கு உடனடியாக மாறுவதற்கு மனம் விழைய சாமான்களை அகற்றினார்கள் சீர் செய்ய முடியாத ஒரு சூழலில் வந்து தாங்கள் அகப்பட்டு கொண்டதாய்க் கருதிய அவளும், அவளது கணவனும் இதனின்று மீள்வதைத் தவிர வேறு வழியில்லை என்ற முடிவுக்கு வந்தார்கள்.

இரண்டாவது முறையாக மிச்ச சாமான்களைத் தூக்கிக் கொண்டு போகத் தம்பிகள் வந்த போதும் புவனேஸ்வரியின் வியப்பு அடங்கவில்லை.

தான் இதுவரை பார்த்த கலாவதிக்குள் இருந்த இன்னொரு கலாவதியை உன்னிப்பாகக் கவனிக்கத்தவறிவிட்டதாய் வெட்கினாள்.

'கலாவதியின் குழந்தைகளையும் ஏன் தன் குழந்தைகளோடு தினசரி டியூசனில் ஈடுபடுத்தியிருக்கக்கூடாது? அப்படிச் செய்திருந்தால் அவள் இங்ஙனம் தாழ்வு மனப்பான்மையில் ஆழ்ந்திருக்கவும் மாட்டாள். இரண்டு வருஷம், பிள்ளைகளின் பிரச்சனைகளுடன் கழிந்திருக்காது என்று அவளுள் எண்ணங்கள் ஓடின.

கலாவதியின் புதியமுகம் பொய்யானது என்று முதலில் ஒதுக்கித் தள்ளிய புவனேஸ்வரியின் கணவன், மனைவியின் விளக்கத்திற்குப் பின் தெளிவானான்.

'இப்பவும் ஒண்ணும் குடிமுழுகிப் போகல.. நாளைக்குக் குடியேறுன ஒடனேயே சாயங்காலத்திலிருந்து கலாவதி குழந்தைகளையும் அங்க ட்யுசனுக்கு கூப்புட்டுக்க வேண்டியதான..' குதூகல உணர்வுடன் பேசிய கணவனை மலர்ச்சியுடன் பார்த்தாள் புவனேஸ்வரி.

'அதயும் இப்பவே சொல்லிட்டு வந்திடுறே..' என்ற வண்ணம் அவள் துள்ளி எழுந்தபோது, வாசலில் பூத்துப் பூரிக்கும் முகத்துடன் நின்றிருந்தாள் கலாவதி.

- செம்மலர் 1986

10

துணை நலம்

இனி மாலை நாலு மணிக்குத்தான் வண்டி புறப்படும். இப்போது பத்து தான் ஆகிறது. புது இடத்தில் இறங்கிய சில நொடிகளில் ஆர்ப்பாட்டத்தைத் துவக்கிவிட்டாள் பவித்ரா.

நாற்புறமும் மனிதத் தலைகள் இல்லை. புல் பூண்டுகள் இல்லை. வானம் பார்த்த வெள்ளாமையும் இல்லை. ஒரே சரளைக் காடுதான்.

கிழக்கே நீண்டு வளைந்து நெளிந்து ஓடும் வால்கரடு, மேற்கே தொலைவில் படைபடையாய் அணிவகுத்துச் செல்லும் மலைத்தொடர்.

இப்போதைக்கு இந்த இடத்தைப் பாவப்பட்ட ஜீவன்களுக்கென்று ஒதுக்கியிருக்கிறார்கள் போலும். கண்ணுக்கு எட்டிய தூரம் வரை சுண்ணாம்பு அடித்த இட அளவைக் கற்கள். இனி பிளாட்டுகள்தான்; வெள்ளாமை விளைச்சல் வீட்டில் பூச்சிதான்.

இங்கொன்றும் அங்கொன்றுமாய் நான்கைந்து வகுப்பறைகள் செதுக்கிய சிற்பங்கள் போல் நின்றன. மணிக் கணக்கில் உள்ளிருந்து ஒரு ஆள் வெளியில் வரவில்லை. வெளியில் இவளைத் தவிர உள்ளே செல்ல ஆள் இல்லை.

ஆறு மணி நேரம்; ஆறு யுகங்கள். பாண்டி விளையாடுதல்; தாயக்கட்டம் உருட்டுதல் போல் அதனைக் கழித்து விட முடியாது.

நிர்வாகத்தில் இருப்பவள் நிட்டாந்தரமாய் சொல்லி விட்டுப் போய் விட்டாள்: 'என்ன நடந்தாலும் சரி; சாயந்தரம் நாலு மணிக் கெடையில வண்டி ஒரு பிட்டு நகராது'.

நிற்க நிழல் இல்லை. வைக்கப்பட்ட மரக்கன்றுகள் ஆளுயரம் கூட வரவில்லை. சரளைக் காடுகளில் சட்டென எதுவும் வளர்ந்து விடுவதில்லை.

தொலைவில் புதர் அடைசல்களையொட்டி வேம்புகள் தழைத்திருக்கின்றன. அங்கு போய் ஆளரவமற்ற தனிமையில் நின்று விட முடியாது.

அறைகளையொட்டிய தாழ்வார நிழல்களில் சற்று ஒதுங்கலாம். பிள்ளைகளின் காட்டுக்கூச்சல்கள் வனாந்திரத் தனிமையை துவம்சம் செய்து கொண்டிருக்கின்றன.

விட்டு விட்டுப் பிடிக்கும் கைகளைத் துளி இடைவெளியின்றிக் கடித்துக் குதறிக் கொண்டிருக்கிறாள் பவித்ரா. பிளந்து பிழிந்து வெளியேறும் ரத்தத்துளிகள் பால் பாலாய்ப் பெருகி வழிகின்றன.

கைகளை விருப்பம் போல் தொங்க விட முடியவில்லை. பிடியை விட்டால் தறிகெட்டு ஓடி விடுவாள் பிடித்து நிறுத்துவது பிரம்மப் பிரயத்தனம் ஆகிவிடும்.

நின்றது நின்றபடியும் நகர்ந்தது நகர்ந்த படியும் அல்லாடினாள் வானதி. வேன் டிரைவரிடம் கெஞ்சலாம்; கூத்தாடலாம். ஒன்றும் நடப்பதற்கில்லை. நங்கூரமிட்டு நிறுத்தியிருக்கிறான். என்னதான் செய்கிறான் வண்டியில்? வெளியில் தலைகாட்டினால் இப்படி ஏதாவது எடக்கு மடக்காக வந்து விடும் என்று கமுக்கமாக இருக்கிறான் போலும்.

ஐநூறு ஆயிரம் தருகிறேன் என்றாலும் நிர்வாகம் அசைந்து கொடுக்காது. பரவியிருக்கிற சரளைக் கற்கள் போல் கரடுதட்டிப் போயிருக்கிறது. பள்ளிவளாகத்திற்குள் நுழைந்து விட்டால் சிறைக் காவல்தான்.

கழுத்தில் நூலிழை போல் சங்கிலி ஒன்று அரைப் பவுனில். கைவிரலில் கால் பவுனில் மோதிரம். இரண்டையும் ஒருவன் அபகரித்துச் சென்றால் அன்றைய விலையில் ஒரு பைக் வாங்கி விடுவான்.

முதலில் அம்மாவிடம் சொன்னபோது அவள் பதைபதைத்தாள். 'ஏண்டி ஒனக்கென்னா கிறுக்கா புடிச்சுப் போச்சு.. அவளுகதே வேற வேல வெட்டியில்லாம புள்ள புடிக்கிறவளுக மாதிரி அலையுறாளுகன்னா ஒனக்கெங்க புத்தி போச்சு. நீயும் சேந்து கரட்டான் முட்டையிடாத அந்தக் காட்டுல போயிவுடணும்கிறே.. அதுக்கு நீ அவளப் பாங்கெணத்துல புடுச்சுத் தள்ளிறலாம்.. இங்கயே கடிச்சுக்கிட்டும் கொட்டிக்கிட்டும் கெடக்குற ஊமை சீவாத்திய அங்க ஆரு வச்சு ஒரியாடுவான்னு கொண்டுட்டுப் போயிவுடணுங்குறே. நம்ம புள்ளய நாமதேம் பாக்கணும்.. நாம் பாக்காததயாப் பொறத்தியார் பாத்துறப் போறாக...'

அம்மா எழுதப் படிக்கத் தெரியாதவள்தான். ஆனால் சமயோசிதமாய்ப் பேசுவதில் அவளை மிஞ்ச ஆள் இல்லை. குழப்பமின்றி எதையும் தெளிவாகச் சொல்வாள்.

இதில் சரியாகுமா அதில் சரியாகுமா என்று பவித்ரா பிறந்த இந்த ஆறு வருஷமும் இவளுடன் அம்மாவும் சேர்ந்து கோயில் கோயிலாகச் சென்றிருக்கிறாள். ஆஸ்பத்திரி ஆஸ்பத்திரியாக அலைந்திருக்கிறாள்.

கேள்விப்படுகிற காப்பகங்களுக்கெல்லாம் சென்று ஒருநாள் இருநாள் இருக்க வைத்துச் சமாளிக்க முடியாமல் திரும்பியிருக்கிறார்கள்.

அதற்குப் பிறகுதான் அம்மாவுக்கு இது மாதிரியான ஏற்பாடுகளில் நம்பிக்கை வரவில்லை.

போன் தகவல்கள் அம்மாவுக்கும் கிடைத்திருக்கலாம். இதற்கு மேல் நிலைமையைத் தெரிந்து கொண்டாலும் அவளால் என்னதான் செய்து விட முடியும். வந்திருந்தால் ஒரு வேளை துணைக்குத் துணையாய் நடந்திருப்பாள்.

என்றாலும், அவள் எப்போதாவது வருகிற தனியார் பஸ்ஸை எப்பிடித் தேடிக் கண்டு பிடிப்பாள். எங்கு கூடி இங்கு வந்து சேர்வாள்?

புருஷன் இருந்தும் இல்லாத நிலைதான். உள்ளூர், வெளியூர் என்று கட்டுமான வேலை. நதி ஓடுவதைப் போல் அவனும் ஓடிக் கொண்டிருந்தான்.

திடீர் திடீரென்று சொல்லாமல் கொள்ளாமல் சென்னை, மதுரை, கோவை என்று கூட போய் விடுவான். உடுத்து மாத்துக்குக் கூட இருக்காது.

எங்கிருந்தாவது ஒருநாள் சாவகாசமாகப் போன் பண்ணுவான்: 'வானதி நா கோயம்புத்தூர் வந்திட்டே திரும்ப பத்துப் பதினஞ்சு நாள் ஆகும்...' செலவு கழிவுகளுக்கு அனுப்பி விடுவதால் பிரச்சனை வருவதில்லை.

செல்லில் மணி பார்த்தாள்: பதினொன்று. நேரம் பாறையாய் இறுகிக் கிடந்தது.

அவளது நினைவுகள் வேறு விதமாகவும்; ஓடியது. நகை நட்டுகளைப் பறித்துக் கொள்பவன் செல் போனை விட்டு வைக்கப் போவதில்லை.

அவளுக்கு இன்னொரு திகிலும் சேர்ந்து கொண்டது. கைப் பொருட்கள் ஒட்டப் பறிபோனாலும் தையல் மெஷினில் உட்கார்ந்து தேற்றிக் கொள்ளலாம். மானம் பறி போனால்?

ஆறு வயதுக் குழந்தையிலிருந்து அறுபது வயதுக்கிழவி வரை விட்டு வைக்க ஆள் இல்லையே'அது கூன், குருடு, ஊமை, செவிடு என்றாலும் பெண்ணென்று இருந்தால் போதும்.

இறுதியாய் ஒருமுறை பவித்ராவை இழுத்துக் கொண்டு அலுவலக அறை முன் வந்தாள் வானதி.

எதையோ நோட்டில் குறித்துக் கொண்டிருந்த அந்த அம்மாள் எழுந்து வந்தாள்.

'ஓங்க நெலம எனக்குப் புரியுதும்மா.. நீங்களும் பாக்குறீக.. இங்க வேன் டிரைவரத் தவுர வேற ஆம்பள ஆள் தொணயில்ல.. இந்த நெலமயில இத வுட்டுட்டு இம்புட்டுப் புள்ளகள வுட்டுட்டு எப்புடி ஓங்க கூட அனுப்ப முடியும்... சொல்லுங்க.'

பகலில் உதவிக்கு ஆள் இல்லை. இரவில் வாட்ச்மேனும் இல்லை. எல்லாவற்றையும் எடுத்துக் கொண்டு வெறும் கட்டிடங்களைத் தான் விட்டு விட்டு வருவார்கள் போலும். அன்றாடங் காய்ச்சிப் பிழைப்புத்தான்.

'இந்தக் காட்டக் கடந்து மெயின் ரோட்ல மட்டும் விட்டுடச் சொல்லுங்கம்மா. ஓங்களுக்குக் கோடி புண்ணியம். புள்ளக் கடிச்சுக் கொதறி இங்கயே செத்துருவா போல்ருக்கு... வண்டி கூட வாணாம்.. டிரைவரண்ணே மட்டும் கூட வந்தாப் போதும்... அங்குட்டு நாங்க நடந்தோ வண்டி புடுச்சோ ஊர் போய்ச் சேந்துர்றோம்...'

'அதச் செய்றதுக்கு எங்களுக்கு ரூல்ஸ் இல்லீங்கம்மா.. அந்த நேரத்துல இங்க ஏதாச்சும் நடந்துருச்சுன்னு வைங்க.. அதுக்கு நீங்களா பதில் சொல்வீக.. அதே ஓங்கள மாதிரி இருக்கிறவுக புள்ளங்கள மட்டும் அனுப்பி வச்சுட்டு வூட்டோட இருக்கணும்கிறது..' என்றவள் பெரிய பெரிய கிளாஸ்கள் வைத்த, மூக்குக் கண்ணாடியை ஏற்றிவிட்டுக் கொண்டாள். 'நாங்களா வரச் சொல்லாம வேற யாரும் இங்க வந்ததில்ல.. அதிகாரிக வந்தா,

டாக்டர்க செக்கப்புக்கின்னு வந்தா இல்ல ஆண்டு விழா கீண்டு விழான்னு ஏதாச்சும் நடந்தாத்தே பெத்தவுகள வரச் சொல்லுவோம்... மீறி வந்தாகன்னா அவுகளுக்கும் பாடு.. எங்களுக்கும் பாடு...'

கைப்பிடிக்கும் அடங்காமல் துள்ளித் துடித்து, தலையில் கொட்டி, கைகளைக் கடித்து அதகளம் பண்ணிக் கொண்டிருக்கும் பவித்ராவை அவள் அசப்பில் கூடப் பார்த்துக் கொள்ளவில்லை. அவளது அனுபவத்தில் இது மரத்துப் போன ஒன்றாய் இருக்கலாம்.

இண்டம்புதரில் சிக்கிக் கொண்ட மாதிரி இருந்தது அவளுக்கு காப்பகங்கள் என்று பெயர் பண்ணி எங்காவது துவங்கி விடுகிறார்கள் தங்களுக்கென்று விநோதமாய்ச் சில விதிமுறைகளையும் வகுத்துக் கொண்டு விடுகிறார்கள். அவர்களுக்கு தேவை சேவையல்ல? பணம்.

'இருந்தது இருந்துட்டீக.. இன்னங் கொஞ்ச நேரத்துல சுண்டலும் காபியும் தருவாக.. அப்பறம் மதியச்சாப்பாடு போடுவாக.. முடிச்சுட்டு இங்குட்டும் அங்குட்டுமாக் கொஞ்சம் தாக்காட்டுனீங்கன்னா கௌம்புற நேரம் வந்துரும்..'

வானதிக்குத் துன்பத்திலும் சிரிக்க வேண்டும் போலிருந்தது மனிதாபிமானற்ற நடவடிக்கைகளுக்கு மத்தியில் இதுவும் ஒரு வேடிக்கைதான்.

எனினும் இனி எந்த அறைக்குள்ளும் அனுமதிக்கப் போவதில்லை என்று அவள் ஒதுங்கிக் கொண்டதைப் போலவும் இருந்தது.

அதன் பிரதிபலிப்பாகவே டீச்சர்களில் ஒருத்தி சொன்னாள்: 'இப்புடீன்னு தெரிஞ்சிருந்தா ஒங்களத் தேடியே வந்துருக்க மாட்டம். ஆட்டிஸம் தீவிரமான புள்ளைங்களுக்குத தனிப்பிரிவு இங்க இல்லீங்கம்மா.. அதெல்லாம் மதுர, மெட்ராஸ், கோயம்புத்தூர்னு பெரிய பெரிய சிட்டிகள்லதே இருக்கு.. ஒரு கொழந்தைக்கு ஒரு டீச்சர்னு இருந்தாத்தே சமாளிக்க முடியும்.. எங்களுக்கு வர்ற பண்டுல அதுக்கெல்லாம் எடமில்ல... இப்பதைக்கு ஒங்க புள்ளைய இந்தப் புள்ளைகளோட ஒக்கார வைக்க முடியாதுங்கம்மா, தயவு செஞ்சு வெளியில இருங்க..' 'வெளியில் போ...'என்று விரட்டாமல் நாகரீகமாகச் சொல்கிறாள்.

இடி விழுந்தாற் போல் தான் எல்லாம் நடந்து கொண்டிருக்கிறது. முதல் குழந்தை இப்படிப் பிறந்ததும் அடுத்த குழந்தை பற்றி அவளது புருஷனிடம் பேச்சே இல்லை.

இல்லற சுகங்களுக்கான வாய்ப்பு வழிகளைப் பெருக்கிக் கொண்டே பிள்ளை பெற்றுக் கொள்வதைத் தள்ளிப் போட்டுக் கொண்டு வந்தான்.

வானதி எடுத்துக் கூறும் உதாரணங்களில் அவனுக்கு நம்பிக்கை வரவே இல்லை.

'இப்படி ஒண்ணு ஜென்மத்துக்கும் போதும் வானதி. தெரிஞ்சே கல்லக் கட்டிக்கிட்டு கெணத்துல குதிக்கக் கூடாது. நீ சொல்றது ஒன்னுன்னா நாஞ் சொல்றது பத்து இருக்கும். அஞ்சுமே ஒன்னு போலப் பொறந்த எத்தனையே குடும்பங்கள நான் பாத்துருக்கே.. வச்சுக் காப்பாத்த முடியாமத் தற்கொல பண்ணிக்கிட்ட குடும்பங்களப் பத்தியும் எனக்குத் தெரியும்..'

முயலுக்கு மூணுகால். அவனுக்கும் அதுதான். சந்தேகமும் பயமும் உள்ளவர்களை எந்த வைத்தியராலும் காப்பாற்ற முடியாது தான்.

அவன் சொன்னது மாதிரியே ஏதாவது நடந்தால், அத்தோடு, 'விட்டதடி ஆச.. வெளாம்பழத்து ஓட்டோட.... என்று ஒதுங்கிக் கொள்வான். தான் தன் சுகம் என்று திரிகிறவன் இன்னொருத்தியையும் தேடிப் போக மாட்டான் என்பது என்ன நிச்சயம்?

எப்பிடியோ பிள்ளை கணக்கில் ஒன்றைப் பெற்றாகி விட்டது. இனி மலடி என்று நாக்கில் நரம்பில்லாமல் பேச ஆட்கள் இல்லை, அது போதும்.

ஆனால் நாலு சுவர்தான் உலகம் என்று வரைந்து காட்டி விட்டாள் பவித்ரா. அவள் பசியாறி வம்படியாய்த் தூங்கும் சிறுசிறு வேளைகள் தவிர வானதிக்கு ஓய்வு இல்லை, உறக்கம் இல்லை.

துணைவன் துணைவனாக இருந்திருந்தால் துன்பத்தில் தோள் தாங்குவான். அவனைப் பொறுத்தவரை வேலை முடிந்த கையோடு வீட்டிற்கும் வருவதில்லை.

இந்த' 'நல்ல பழக்கத்தை'ப்... பவித்ரா பிறந்த பின்பு தான் அவன் வைத்துக் கொண்டிருக்கிறான். அப்படி மணிக் கணக்கில்

என்ன செய்கிறான். எங்கு போகிறான் என்று தெரியவில்லை. அவளறிந்து அவனுக்குக் குடிப்பழக்கமும் இல்லை. உயிர் நண்பர்கள் என்றும் இல்லை. அலுப்புச் சலிப்போடு சினிமாக் கொட்டகைகளுக்குப் போகிறவனும் இல்லை.

வேலைகள் முடியும் நேரத்தைக் கணக்கிட்டு அழைப்பாள் வானதி. நான்கைந்து அழைப்புக்களுக்குப் பின் போனால் போகிறதென்று போனைத் தொடுவான்.

அவன் கேட்பான்: 'பவித்ரா தூங்கிட்டாளா..'

'ம்..தூங்கிட்டா..'

அடுத்த பத்தாவது நிமிஷத்தில் எங்கிருந்தோ பறந்து வருகிறவன் போல் பைக்கில் வந்து சேருவான்.

வீட்டிற்குள் நுழைந்து கூட இருக்க மாட்டான். மீண்டும் கேட்பான்: 'நல்லாத் தூங்கிட்டாளா?.. இல்ல சும்மாதே பொரண்டுக்கிட்டிருக்காளா?...'

'ம்... நல்லாத் தூங்கிட்டா...'

அதற்குப் பிறகுதான் நம்பிக்கையுடன் படியேறுவான். கைகால் முகங்களை அவதி அவதியாய்க் கழுவிக் கொள்வான். அத்தனை வேலைக்குக் குளிர்ந்த நீரிலோ சுடு தண்ணீரிலோ ஒரு குளியல் கிடையாது.

அடுத்த ரயிலைப் பிடிக்கப் போகிறவனைப் போல் அவசர அவசரமாக அள்ளிப்போட்டுக் கொள்வான்: அப்படியே எங்காவது பவித்ராவுக்கு எட்டாத தொலைவில் படுத்துக் கொள்வான்.

நடுச்சாமம் போல் கண்விழிப்பான். உண்மையில் தூங்கினானா என்பதும் தெரியாது. அப்போதும் பவித்ரா அசைவின்றிக் கிடந்தால் அதைச் சாக்கிட்டு எழுவான்.

மெல்ல மெல்ல பூனை போல் தடம் பதித்து வானதியிடம் வருவான். அவள் ஒன்றும் சொல்லிக் கொள்வதில்லை. என்ன சொல்லி என்ன ஆகப் போகிறது?

நேரம் நண்பகலைத் தாண்டி ஓடியது. உதவிக்கு வராதவர்களிடம் சுண்டலையும், சோற்றையும் எதிர் பார்த்துக் காத்திருக்கக் கூடாது.

ஆழ்மன வைராக்கியத்துடன் பிள்ளையைத் தரதரவென்று இழுத்துக் கொண்டு நடக்க ஆரம்பித்தாள்.

என்னதான் மூன்றுமைல் காட்டுப் பாதையைக் கடந்தாலும் பாக்கி ஏழுமைல் என்னவாகும் என்கிற கவலை அவளை அரிக்கவே செய்தது.

இந்த ரூட்டில் ஓடும் அந்த தனியார் பஸ்ஸை டிக்கெட் சேர்ந்தால் தான் எடுப்பார்கள் என்று சொன்னார்கள். ஆள் சேரவில்லை என்றால் சினிமா தியேட்டர்களில் காட்சிகள் ரத்தாவதைப் போல்தான் இதுவும்.

டீச்சர்கள் படல் மறைப்பில் தூரத்தில் நின்ற கழிவறைக்குள் சென்று வந்தார்கள். தொலைவில் இழுபடும் இவளையோ பரிதாபத்திற்குரிய இவளது மகளையோ கண்டு கொண்டதாய்த் தெரியவில்லை. உள்ளே அழைத்து ஆறுதல் கூற அவர்கள் தயாராக இல்லை.

அன்பகம் என்பது பெயரில்தான் இருக்கிறது. செயலில் இல்லை. பயிற்சி பெற்றவர்கள் நினைத்தால் எந்த ஒரு குழந்தையையும் சமாளித்து விட முடியும். உலகில் எங்கு தான் பயிற்சி இல்லை, முயற்சி இல்லை.

ஆனால் பெற்ற தகப்பனே, 'எட்ட நில்'கிட்டே வராதே,'எனும் போது இவர்களைக் குறை கூற என்ன இருக்கிறது?

அழுது அழுது பெற்றாலும் அவள்தான் பெற வேண்டும். பெற்றது மட்டுமல்ல; இப்படியொரு விசித்திரப் பிறவியை ஈன்றெடுத்ததற்காகவும் எல்லாத் துன்பங்களையும் சேர்த்து அனுபவித்துத்தான் ஆக வேண்டும்.

காட்டுப் பாதையை அடைந்தாள். தெற்கு வாக்கில் பிரதான சாலையை நோக்கிக் கால்கள் நடுநடுங்க எட்டு வைத்தாள்.

விழுவதும் எழுவதுமாய் இழுவைக்குத் தோதுவராமல் தள்ளாடிய பவித்ராவை ஒரு கட்டத்திற்கு மேல் சடக்கென்று தூக்கித் தோளில் இட்டுக் கொண்டாள். தோள்களிலும் நிலை கொள்ளாமல்த் தத்தளித்த அவளை இருகைகளாலும் பலங்கொண்ட மட்டும் பற்றித் துள்ளத் துடிக்க நடந்தாள்.

மர்மக் குகை போல் புதர்கள் அடவி ஒற்றையடிப் பாதை குறுகி அகலித்து நீண்டு போனது. எது நடந்தாலும் சரி. இத்தனைக்கும் பிறகு உயிர் வாழ்ந்துதான் என்ன செய்யப் போகிறோம்.

சற்று தொலைவில் பைக் ஒன்று வருகிற ஓசை கேட்டது. தான் நினைத்ததைப் போலவே நடக்கத்தான் போகிறது. பொருட்களும் மானமும் பறிபோகத்தான் போகிறது. அத்தோடு இருவரது உயிரையும் சேர்த்து எடுத்துக் கொண்டால் மொத்தக் கதையும் முடிந்து விடும்.

நடப்பது நடக்கட்டும்; துணிவாய் எதிர் கொண்டாள். முடிந்த வரை போராட வேண்டும். ஆயுதங்களுடன் வருபவனிடம் ஒன்றும் செய்ய முடியாது. இருந்தாலும் கைகளை நகங்களை ஆயுதமாக்கிக் கொள்ள வேண்டும்.

பைக் நெருங்கியது. ஓசை பேரோசையாகியது. நெஞ்சில் பதட்டமும் பரபரப்பும் கூடியது.

முகம் காணும் நெருக்கத்தில் அவன் வந்து விட்டான். முகமூடி இல்லை. சாதாரணமாகவே தெரிந்தான். அறிந்த அந்யோந்யமான முகமாகவும் அது இருந்தது.

ஆனந்தத்தில் கண்களில் நீர் பெருக்கெடுத்தது. உணர்ச்சி மேலீட்டால் கூவினாள்.

'நாங் கொஞ்சமும் எதிர்பாக்கல.. எஞ்சாமீ,.. வந்துட்டீகளா?...'

அவளது புருஷன் பைக்கை அவளை உரசுகிற நெருக்கத்தில் வந்து நிறுத்தினான்.

அவனது கண்களிலும் நீர் நிறைந்திருந்தது.

- செம்மலர் 2021

11

உதைபடும் ஏணிகள்

இன்று பதினைத்தாவது நாள். 'இனி பொறுப்பதற்கில்லை' என அவரால் வீராவேசமாய் எழ முடியவில்லை. இதுவரை அடங்கியேயிருந்த அவர் இனியும் அப்படித்தான் காலந்தள்ள வேண்டுமென்று முடிவெடுத்து விட்டார் போலும்.

எரிச்சலும் கவலையும் ஒன்றிப்பிணைந்து மனதில் வியாபித்துக் கிடந்தாலும் அதை அப்படியே தன் மனதோடு பூட்டிக் கொண்டார். 'நம்ம தலைவிதி நம்மால முன்னேற முடியல. இன்னும் நூறு ஏரநூற வச்சுத்தே பொழப்போடுது.. மத்தவ மேல பொறாமைப்பட்டு என்னாகப் போகுது!' இந்த நினைவு, ஆற்றாமையால் அவருள் பதியமிட்டுக் கொண்டேயிருந்தது.

'சரி என்னாயிருந்தாலும் பழசு புதுசுங்கிற மரியாத வேணாம்? காலங்காலமாப் பழகி வர்றேனே அந்த மதிப்ப இந்தக்கூதியானுக.. வச்சுருக்கானுகளா..' இந்தப் பதினைந்து நாட்களும் அவரை மிகவும் அலைக்கழித்து விட்டன. 'சே! என்ன ஈனத்தனமான பொழப்பு! என்று நொந்து கொள்வதைத்தவிர அவரால் வேறேதும் பண்ண முடியவில்லை.

மிகப்பெரிய மண்டபமாய்க் காட்சியளித்த அந்த நெல் நவதானிய கமிஷன் மண்டியில் கூட்டம் 'மொளேர்' என்று மொய்த்துக் கொண்டிருந்தது.

'இன்னிக்கு சிட்டைக்குப் பணம் தர்றாங்களாம்! ரெண்டு லட்ச ரூபாய் வந்திருக்காம்..' யாரோ இருவர் மெல்லப் பேசியபடி உள்ளே நுழைவதைக் கவனித்தார்.

'பெரிய ஏவாரி! லேசாக முணுமுணுத்துக் கொண்டார். 'ம்.. இன்னிக்கு இவனுகள்ளம் ஒசந்து போயிடடானுக..! கொழுத்த பயலுக..! லோடு லோடாச் சரக்குகள அனுப்புவானுக. நாமெல்லாம் இப்பக் கண்ணுக்கத் தெரிவேனா?' பெரு மூச்சு எழுந்தது.

ரொம்பப் பேர் தாங்கள் கொண்டு வந்திருந்த அதிகபட்ச மூட்டைகளுக்குப் பணம் வாங்கித் திரும்பிச் சென்றனர். இவர் வராண்டாவில் உயரம் உயரமாய்ப் பல அடுக்குகளாய்க் குவித்திருந்த மூட்டைகளோரம் ஒடுங்கிப்போய் நின்றிருந்தார். வற்றிக்காய்ந்த உடலில் வேட்டியும் மேல் துண்டும் மட்டுமே அணிந்திருந்த அவரை இனங்கண்டு கொண்டவர்கள் கூட, 'என்ன ஏது?' என்று விசாரித்த பாடில்லை.

கடைப்பையன் டஜன் டஜனாய் டீ, காபி, குளிர்பானங்கள் என்று வாங்கப் போய் வந்த வண்ணம் இருந்தான். அவன் கூட இவரை முழுசாகப் பார்கவுமில்லை. 'வாங்க'என்று ஒப்புக்காக அழைக்கவுமில்லை.

'ஒங்களுக்கேத்த காலமாப் போச்சுடா..' மனசில் வேதனை மிகுந்தது. தனக்குச் சரியான வரவேற்பு இல்லாமல் போனதைப்பற்றிக் கூட அவருக்கு கவலையில்லை, 'ஒரு மூடை ரெண்டு மூடையெல்லாம் இனிமே இங்கக் கொண்டாராதீங்க..! லாட்டு லாட்டா வாக்கின் வருது போகுது. ஒன்னு ரெண்டெல்லாம் கணக்கு வைக்க முடியாது!' இப்படிப் பேசி விட்டானே இந்த முதலாளி என்ற நெஞ்சரிப்புத்தான் அவருக்குத் தீரவில்லை.

பதினைந்து வருடங்களுக்கு முன் இந்த முதலாளி சின்னதாய் ஒடுக்கமாய் இதே நகரின் ஒரு முனையில் நவதானியக் கமிஷன் கடை என்று துவங்கிய போது, முதல் புள்ளியாய்த் தான் நுழைந்ததை அவர் நினைத்துப் பார்த்தார் அன்றைய வேளைகளில் உலகின் வரவேற்பையெல்லாம் ஒன்றுதிரட்டித் தனக்களித்து தூசியில்லாத ஸ்டூலையும் துடைத்துத் துடைத்துத் தன்னை அமரச் செய்து காபி டிபன் என்றெல்லாம் வரவழைத்துக் கொடுத்துக் கூத்தாடிய இதே முதலாளி; ஒரு மூட்டை இரண்டு மூட்டைகளாவது யாரேனும் இறக்குவார்களா என்று எதிர்பார்த்துக்காத்திருந்தான். இன்று எவ்வளவு தூரம் மாறிவிட்டான்? நினைத்துப் பார்க்கையில் அவருக்குத் திகைப்பாயிருந்தது. வேதனையும் தீரவில்லை.

'இவனில்லாட்டி இன்னொருத்தன்' என்ற நிலையை அவர் என்றுமே கொண்டிராததலால் இன்றைய சூழ்நிலை அவரை மயக்கத்திற்குள்ளாக்கியது. இந்தத் தொய்வும் கூட இந்த மூன்று வருஷங்களுக்குள்ளாகத்தான் நேர்ந்துள்ளது. அதற்கு முன்பெல்லாம் இவர் ஐந்து மூட்டை அரிசி பேசி வந்தேன் என்றால் அதற்குரிய பணம் முன்னதாகவே கிடைத்துவிடும்.

'சீநா! சீநா!' என்று இவரை அன்பாக அழைத்துக் கடை முழுதும் திக்குமுக்காடச் செய்து வீடுவார்கள். சீ.நாகராஜன் என்ற தனது பெயர் சீ நாவாய்ச் சுருங்கியபோது தான் எந்த அளவுக்கு 'நினைக்கப்படுகிறோம்' என்ற பூரிப்பில் மிதந்தார்.

உள்ளே கூட்டம் குறைந்திருந்தது. கல்லாவில் முதலாளி - அந்த பழைய பிரபாகரன் மூக்குக்கண்ணாடி சகிதம் மொந்தையாய் அமர்ந்திருப்பதைக் கனித்தார். 'சீநா' அன்று இளைஞனாய் அப்பாவியாய்க் கையில் ஆயிரமோ இரண்டாயிரமோ வைத்துக் கொண்டு கடை துவங்கிய அந்த பிரபாகரன் இன்று பெரிய முதலாளி, அந்த நகருக்கே பெரிதும் அறிமுகமான பெரிய மனிதர், ஒரு காலத்தில் இதே பிரபாகரன் தன்னை ஒரு மதிப்புக்காக ஒன்றிரண்டு மூட்டைகள் இறக்கச் செய்வதற்காக 'வாங்க முதலாளி ஒக்காருங்க முதலாளி' என்று கூழைக்கும்பிடு போட்டதெல்லாம் அவர் நினைவில் பசுமையாக இருந்தது.

பிரபாகரன் இடைவிடாமல் ரூபாய் நோட்டுகளை எண்ணிக்கொண்டும் இரும்புப் பெட்டியில் திணித்தும் கொண்டும் இருந்தான். அடிக்கடி மிடுக்காய் அவன் பார்வை வெளியில் தாவியது. 'தன்னைக் கவனிக்கிறாரோ? அழைக்கிறாரோ? என்று அப்போதெல்லாம் பதைபதைப்புடன் பார்த்துக் கொண்டார் சீநா.

மூன்று நாட்களுக்கு முன் கடைப்பையனிடம், 'மூணு மூட்ட சோளம் வந்துச்சே, என்ன ஆச்சு?' என்று இவர் கேட்ட போது, அவன் அலட்சியமாக, 'எந்த மூலையில கெடக்கோ!' என்று கூறி நழுவி விட்டான்.

அந்த மூன்று மூட்டை சோளத்தை இறக்கி இன்றுடன் பதினைந்து நாள், இன்னும் பணம் வரவில்லை. எடையும் போடவில்லை. முன்பெல்லாம் இவர் சொன்னாலே போதும், இறக்கினாலே போதும் என்ற நிலையில் பணம் இவரைத்தேடித் திரிந்தது. பிரபாகரனே கோலாகலமாய் வரவேற்று அழைத்துக் கொடுப்பான். இன்று அந்தக்கடையில் வேலை செய்யும் கூலியாளை விடக் கேவலமாய்த் தான் மதிக்கப்படுவதாய் நினைத்து மனம் நைந்தார்.

ஜரிகை வேட்டியும், பளபளக்கும் பாலியெஸ்டர் சட்டையும் தங்க பிரேம் மூக்குக் கண்ணாடியும் கழுத்தில் மினு மினுக்கும் மைனர் சங்கிலியுமாய் உள்ளே வீற்றிருக்கும் பிரபாகரன் முன் தான் பிச்சைக்காரனாய்த் தெரிவதை உணர்ந்தார்.

அவனுக்கு நிகராயில்லாவிட்டாலும் அவனில் ஒரு பங்காய் அன்றைய காலத்தில் சிறிய அளவில் நவதானிய வியாபாரம் துவங்கிய தான் இன்னும் அப்படியே இருக்கையில் கூரையாய்ச் சரிந்து கிடக்கையில் இந்த பிரபாகரன் தான் என்னமாய் உயர்ந்துவிட்டான்..! கோபுரமாய்..!

பிரபாகரன் அங்குலம் அங்குலமாய்த் தொடர்ந்து முன்னேறிக் கம்பீரமாய் மிளிர்ந்து வந்த ஒவ்வொரு காலகட்டத்திலும் அருகேயிருந்ததை அவர் நினைத்துப் பார்த்தார்.

இன்று ஆயிரம் ஆயிரமாய் நெல், நவதானிய மூட்டைகளை வெளி மாநில ஆர்டர்களுக்கு இந்த பிரபாகரன் ஓய்வு ஒழிச்சலின்றி அனுப்புகிறான். வாரம் ஐம்பது அறுபது என்று லோடுகள்.. லாரிகளிலும்.. ரயில்களிலும்..

யாரையும், யாருடனும் எளிதில் பேசிப் பழகி அவர்களைத் தன்னை நேசிப்பவர்களாக மாற்றிக் கொள்வதில் பிரபாகரன் கைதேர்ந்தவன். அவன் பேசும் போது அவன் வாயைப் பார்த்துக் கொண்டே சொற்களை மறந்து போனவர்கள் சொந்தம் கொண்டாடியவர்கள் கணக்கில்லை. சின்னச் சின்ன வியாபாரிகள், கொஞ்சம் வலுத்தவர்கள் என்றெல்லாம் பெருகினர். அவர்கள் இறக்கும் மூட்டைகளில் சிந்துமணி சிதறுமணி என்று எடுத்தும், நூறு நூறாய் ஆயிரம் ஆயிரமாய்ப் பெருகிய கமிஷன் இடைத்தரகுகளாலும் பிரபாகரன் மின்னல் வேகமாய் முன்னேறுகிறான். பேச்சுக்கலையில் இவனிடம் பிச்சை கேட்பவர்களாக மற்ற கமிஷன் கடைக்காரர்கள் மாறினர். காலப்போக்கில் வெளி மாநில ஆர்டர்கள் இவனுக்குப் பெருகிய போது நூற்றுக்கணக்கில் வரும் மூட்டைகளையே கணக்கு வைக்கத் துவங்கினான். அந்த அளவுக்கு மூட்டைகளை இறக்குபவர்களையே பெரிதாகக் கவனித்தான். குறைந்தபட்ச மூட்டைகள் இறக்குபவர்களை மாதக்கணக்கில் இழுத்தடித்தான். முதலீடு வறண்ட சிறிய வியாபாரிகள் கொஞ்சம் கொஞ்சமாகச் சிறகொடிந்தனர். முழுதும் போகும் முன் வேறு கடைகளைத் தேடி மூட்டை கட்டினர்.

'சீநா! சீநா!' என்று தன்னை அழைத்து மகிழ்வித்த அந்தப் பழைய மரியாதைகளை நினைத்துக்கொண்டு, அதுவே இனியும் கிடைக்குமென்ற நப்பாசையோடு தான் மட்டும் தான் இங்கு சுற்றுகிறோமோ என்று அவருக்குத் திடீரென்று ஐயம் தோன்றியது.

கடை, ஆட்களற்று வெறுமையாகிக் கொண்டு வந்தது. பிரபாகரன் இன்னும் பணத்தை எண்ணிப் பெட்டிக்குள் அடுக்குவதில் கவனமாயிருந்தான். கடைப் பையன்கள் கூடச் சாப்பிடச் சென்றுவிட்டனர். அன்று விடுமுறை நாளாதலால் ஏனைய வேலையாட்கள் வரவில்லை. இதுபோன்ற விடுமுறை நாட்களைத்தான் சிட்டைப் பட்டுவாடாவிற்கு அவன் தேர்ந்தெடுப்பது வழக்கம்.

மதியம் ஒரு மணியைத் தாண்டிச் சென்றது. பையன்கள் வந்ததும் கடையை அடைக்கச் சொல்லிச் சாவியை வாங்கிக் கொண்டு அவனும் போய் விடுவான்.

கடைசியாகப் பிரபாகரனிடம் போய் 'அந்த மூணு மூட்டைக்கு என்ன சொல்றே?' என்று கேட்க வேண்டும் போல் அவருக்குத் தோன்றியது.

கொஞ்சம் தெம்பை வர வழைத்துக் கொண்டவராய்க் கல்லாவை அணுகினார். அவர் கடந்து வரும் சரசரப்பும் பாதங்களைத் தரையில் உராய விட்டபடி நிற்கும் ஓசையும் மௌனமுற்று அமர்ந்திருக்கும் யாரையும் நிமிர்ந்து நோக்கச் செய்யும். எனினும் பிரபாகரன் என்னவென்று கவனிக்கவில்லை. இப்போது மும்முரமாய் எதையோ பேரேட்டில் எழுதிக் கொண்டிருந்தான். இரண்டு கணக்குப் பிள்ளைகள் இருக்கிறார்கள். இருவரும் இது போன்ற விடுமுறை நாட்களில் வெளியூர் வசூலுக்குக் கிளம்பி விடுவார்கள். அப்போதெல்லாம் கணக்கு வழக்குகளை இவன் சரி பார்ப்பான்.

நேரம் தாண்டிச் சென்றது. பிரபாகரன் தன்னை அலட்சியப்படுத்துவதை ரொம்பக் காலமாக அவர் உணர்ந்திருந்தாலும், அருகில் வந்து நின்றபோதும் ஏறிட்டுப் பார்க்காத திமிர்த்தனத்தைக் கண்டு மனம் வெந்தார். லேசாகச் செருமி அவனது கவனத்தைத் தன் மேல் திருப்ப நினைத்தார். ஆனால் உடனே அந்த நினைப்பை மாற்றிக் கொண்டார்.

திடீரென்று அவர் மனம் தெளிவுற்றது. நெஞ்சுயர்ந்தாற் போல் நிமிர்ந்து நின்றார். 'எனக்கென்ன பைத்தியமா புடிச்சுப் போச்சு..? இவன நெனைச்சு நா ஏ இம்புட்டு வருத்தப்படணும்..? ஏ வாழ்க்கய இவனா நிர்ணயஞ்செஞ்சான்? இவெ தயவிலயா நா வாழ்ந்தேன்? இப்ப என்ன புதுசா இவெ என்னக் கைவிட்டுட்டான்னு நா இப்படிக் கலங்கணும்..?' தோளில் கிடந்த துண்டை உருவிப்

படீரென்று உதறினார். அயர்ந்த தூக்கத்திலிருந்து திடுக்கிட்டு விழித்துக் கொண்டவனைப்போல் பரபரப்புற்று, நிமிர்ந்து பார்த்தான் பிரபாகரன்.

கண்களில் லேசாய்ச் செந்நிறம் படிய விறைப்பாய் நின்றார் சீநா. 'மூட்டைகள எடை போட்டுக் கணக்குப்பாத்துக்குடு.. நா.. போகணும்..' இதுவரை அவன் முன் இப்படிப் பேசியதில்லையாதலால் கோபமாய்த் தெறித்த வார்த்தைகளிலும் லேசாய் நடுக்கச்சாயல்.

'என்னங்கய்யா என்ன விஷயம்?.. என்ன கணக்கு...?' கம்பீரத் தொனியில் கடுப்பாய்க் கேட்டான் பிரபாகரன்.

'மூணு மூட்டை சோளம் வந்துச்சே.. பதினஞ்சு நாளைக்கு முந்தி.. அதுக்குத்தா..!' சீநாவும் முறைத்தார்.

'யோவ! நா... சொன்னதெல்லாம் காதுல ஏறலியா? ரெண்டு மூனெல்லாம் கொண்டாரக் கூடாதுன்னேன்ல்ல..! அதெல்லாம் இப்பத் தேடிப் புடிச்சு எடை போட்டுத் தரமுடியாது. வேணும்னா பத்தம்பது செலவுக்கு வாங்கிட்டுப்போ..! தோதிருக்கப்ப எடை போட்டு கணக்க முடிச்சுத் தர்றேன்..!' அலட்சியமாய்க் கூறிவிட்டு பேரேட்டில் தலை கவிழத்தான்.

'இப்பவே கணக்கு முடிச்சுத் தரமுடியுமா, முடியாதா?' மிரட்டும் தோரணையில் சீநாவின் குரல்.

பேரேட்டில் கவிழ்ந்திருந்த தலையை வெடுக்கென்று நிமிர்த்தி சீநாவின் மேல் தீ கக்கும் பார்வையை வீசினான் பிரபாகரன்;

'யோவ்! என்னா மெரட்டுறீயா? ஏதோ நீ இந்தக் கடைக்குப் பழைய ஆளுங்கிற தாட்சண்யத்துக்காக ஓ மூட்டைகள எறக்குனே. லாரி லாரியா வர்ற சரக்குக்கே எறக்க எடமில்ல. ஒனக்கு எடம் குடுத்தா ரொம்பத்தே மேல போறியே!' கொஞ்சமும் பயமின்றி அவன் குரல் கடினமாகிக் கொண்டே போனது.

'ஓ.. சகவாசமெல்லாம் இருந்தவரைக்கும் போதும். நாங்க எப்ப எடை போட்டுத் தர்றோமோ அப்பப் பணம் வாங்கிக்கனுன்னா மூட்டை கெடக்கட்டும்.. இல்லாட்டித் தூக்கிட்டுப் போயிடு. ஒந் தயவால இனி நா ஒண்ணும் ஒசர வேண்டியதில்லை..'

பிரபாகரன் பேசப்பேச சீநா வின் மனசெல்லாம் ஆவேசத் தீ படர்ந்தது. 'இப்ப நீ பேசுவடா பேசுவ. என் தயவு இப்ப ஒனக்குத்

தேவை இல்லதா. ஒரு காலத்துல சொரட்டத்தனமா ரெண்டு மூடை ஏறக்குங்க மொதலாளின்னு கால்ல விழுந்தியே அத நாமறக்கலடா.. மறக்கல்லை..' நினைப்பை வார்த்தை களாக்காமல் மனசோடு நிறுத்திக் கொண்டார்.

இனி பிரபாகரனோடு தர்க்கிப்பதில் அர்த்தமில்லை என்றே அவருக்குத் தோன்றியது. முதல் முறையாகப் புதிய உத்வேகத்திற்காட்பட்டவர் போல் முகம் பளபளக்க நிமிர்ந்தார். 'மூட்டையத் தூக்கிக்கிறேன்.' சுருக்கமாய் முடித்த இந்த வார்த்தைகளை அமைதியாகச் சொல்லமுயன்றார்.

'தாராளமா! இப்பப் பையன் வந்துடுவான்.. தூக்கிட்டுப் போ..! முதகத்திலடித்தாற்போல் கூறிவிட்டு மீண்டும் தன் முகத்தைப் பேரேட்டில் பதித்தான் பிரபாகரன்.

சீநா, அப்படியே வெளியேறி, முன்பு தான் சாய்ந்திருந்த அட்டியல் பகுதிக்கு வந்தார். மறுபடியும் முன்பிருந்த மாதிரியே மூட்டையில் சாய்ந்தார். கொஞ்ச நேரத்தில் கடைப்பையன் வந்து விடலாம். மூட்டையைத் தூக்கிடணும் என்று நினைத்தார்.

'வேஷங்களை உண்மையாகக் கருதி இதுவரை ஏமாந்து வந்திருக்கிறோம்' என்று உணரும் போது உள் மனதில் லேசாய் பீதி படர்வதாய் உணர்ந்தார். அங்கே நின்று கொண்டிருப்பது ஏனோ புலிக்கூண்டில் அடைபட்ட அச்சத்தை உண்டாக்கியது. உடனே வெளியேறிவிட வேண்டும் என்ற பரபரப்பு திடீரென்று அவருக்கு ஏற்பட்டது. கல்லாவில் இருந்த பிரபாகரன் மதம்பிடித்த யானையாய் அவருக்குத் தென்பட்டான். மிதித்துத் துவம்சம் செய்ய ஓடி வருவதாய் பயம் கொண்டார்.

அப்படியே அங்கிருந்து வெளியேறி, சாலையில் விரைவாக நடத்தார். 'சாயங்காலம் வந்தே மூட்டையைத் தூக்கிக்குவோம். இனிமே இவெ தொடர்பே நமக்கு வேணாம்.' என்று முடிவு கட்டிய அவர் நினைவில் யானையின் மததகத்தைப் பிளக்கும் ஒரு ஆக்ரோஷமான சிங்கம் நிழலாடியது.

– செம்மலர் 1983.

12

வெள்ளக்காரன்

'டம்'மென்று கேட்ட ஓசையில் திடுக்கிட்டு விழித்தான். சத்தத்தை எழுப்பியது ஒரு வீச்சரிவாள். விழுந்தது மேஜையின் மேல். விழுந்த வேகத்தில் சிராய்ப்பு ஏற்பட்டது மேஜையில்.

மேஜையை ஒட்டி ஸ்டூலில் உட்கார்ந்து மேற்கு மதிலில் சாய்ந்து கண்ணசந்த நேரம்; மதுரமாய்த் தழுவிய கோழித் தூக்கத்திற்குக் குந்தகம் விளைவித்த கயவாளிப் பயல் சாமியாடிக் கொண்டு நிற்கிறான். ராமு என்றும் ராமைய்யா என்றும் ராமன் என்றும் எரிச்சலாகவோ எகத்தாளமாகவோ அவனை அழைப்பவர்கள் உண்டு.

தெருத்தெருவாய்ச் சைக்கிளில் இளநீர்க் குலைகளைக் கட்டி விற்றுப் பிரபலமானவன் அவன். எங்கிருந்தோ வந்து அங்கங்கு அவர்களுக்கான ஆளாக மாறிப் போனவர்களில் அவனும் ஒருவன்.

உண்ட மயக்கம் தொண்டனுக்கு என்பது போல் அரைத் தூக்கத்தை முழுத்தூக்கமாக மாற்ற முயன்ற போது இந்த அசம்பாவிதம் நடந்து விட்டது. ராமனுக்கும் இவனுக்கும் எவ்விதப் பகையுமில்லை. அரிவாள் தூக்குவதற்கு எந்தக் காரணமுமில்லை.

வெளியில் அவனது 'கெடிலாக்' கார் நின்று கொண்டிருந்தது. பிடித்த பிடியில் அதை எடை போட்டால் பழைய இரும்புக்காரன் அந்தச் சைக்கிளுக்கு நூறு ரூபாய் கொடுத்தால் அதிசயம். லேசாகத் தொட்டாலும் உலுப்பி விட்ட புளியம்பழம் போல் பொல பொல வென்று உதிர்ந்து விடும். அவனது கைப் பக்குவத்தில் அந்த வண்டி ஓடிக் கொண்டிருந்தது.

ராமனின் உடல் சற்றுக் கூடுதலாய் ஆட்டம் கண்டிருந்தது. போகப் போக அவன் வித்தை காட்டத் துவங்கி விடுவான் என்று இவனுக்குத் தோன்றியது. அவனது சைக்கிளின் பின் கேரியரைப் பார்த்தான். சுருட்டி முறுக்கி வைக்கப்பட்டிருந்த சாக்கு அதில் இருந்தது. சாக்கைக் கையில் எடுத்துக் கொண்டு வருவதற்குப் பதில் அரிவாளைக் கொண்டு வந்திருக்கிறான். போதையில் சாக்கு எது, அரிவாள் எது என்று நெகாத் தெரியவில்லை போலும்,

எதற்கும் எச்சரிக்கையாக ஒதுங்கி நிற்க வேண்டும். குடியர்களின் அரசாங்கம் நடந்து கொண்டிருக்கிறது. அவர்கள் வைத்ததுதான் சட்டம் என்றிருக்கிறது. அனைத்தையும் கையில் எடுத்துக் கொண்டு ஆட்டம் போடுகிறார்கள்.

சாலையில் தேடிப் பிடிக்கும் அளவுக்கு ஆள் நடமாட்டம் குறைந்திருக்கிறது. மட்ட மதியான வெய்யிலை மதித்து வெளியில் வர ராமன் போன்றோருக்குத்தான் துணிவு இருந்தது.

இவன் உள்ளுக்குள் நடுக்கம் பரவியதை வெளிக் காட்டிக் கொள்ளாமல் கம்பீரம் காட்ட முயன்றான். முனை அரிவாளோ மொட்டை அரிவாளோ பட்டால் படுகாயம் ஏற்படுமா, உயிர் போகுமா என்று சொல்ல முடியாது. எது என்றாலும் பத்துக்குப் பத்து கடையில் ஓடவும் இடம் இல்லை. ஒளியவும் வழி இல்லை.

முதலில், 'கம்.... மா.... மக்.... மா....' என்று குழறினான் ராமன். மூடை முடிச்சுகள் துண்டு துக்காணிகளாய் வெட்டி மன்னி வைக்கப்பட்டிருந்தன. எதிலாவது தடுமாறி விழுந்தானென்றால் அதுவும் சிதறி அருகில் உள்ளதும் கொட்டி மாவுகள் ஒண்ணு மண்ணாகி விடும். அப்புறம் அது குப்பைக்குத் தான் போகும்.

நேரம் செல்லச் செல்ல அவனது ஆட்டம் கூடியது. இருப்பினும் ஸ்டெடியாக நிற்கவும் பேசவும் முயன்றான். கொஞ்சம் கூடுதலாகப் போட்டதால் நிலை கொள்ளாமல் தவிக்கிறான்.

'ம்...கூம்...குக்கூம்...' என்று ஒருமுறை செருமினான் ராமன். டேபிளில் நெடுஞ்சாண் கிடையாகக் கிடந்த அரிவாளைப் படக்கென்று கையிலெடுத்தான். பிடியை மெலிதாகப் பற்றிக் கொண்டான். கணங்கையில் வைத்து இப்படியும் அப்படியும் உருட்டினான். குடி வேகத்தில் ஒன்றும் தெரியவில்லை. போதை மயக்கத்தில் அவனுக்கு எதுவும் உணர்வாகவில்லை.

'கம்..பு..மா.வு...மக்... கா.. மாவு.. உயுந்து டசுட்டு... குச்சிப்... பு..ண்..ணாக்கு... அய்யாம் கயந்து... ப... வத்...துக்... கெயோ... பேடு....' பத்து நொடிப் பேச்சை நிமிடத்திற்கு இழுத்தான்.

அதற்குப் பொழிப்புரை தேட வேண்டும். கம்பு மாவு, மக்காச் சோளமாவு, உளுந்து டஸ்ட்; குச்சிப் புண்ணாக்கு நான்கையும் கலந்து பத்துப் பத்துக் கிலோவாக மொத்தம் நாற்பது கிலோ போட வேண்டும் என்கிறான்.

மறுபடியும் அரிவாளை அதே ஓசையில் மேஜையில் போட்டான். 'இய அச்சுக்க... இதெல்லாம் போடு' என்றான். கண்கள் உள் ஒடுங்கி முகம் கொராவிப் போயிருந்தது. விரல்களில் நடுக்கம் கூடியது; கால்கள் பரபரத்தன. ஒரு வார்த்தை தெளிவாகவும், ஒரு வார்த்தை தெளிவற்றும் அவனுக்கு வந்து கொண்டிருந்தது.

துருவேறிக் கருத்த அரிவாள் காயலாங் கடைக்குத்தான் ஆகும். அதை ஈடாக வைத்துக் கொண்டு மாவுப் பொருட்கள் போட வேண்டும் என்கிறான். அவன் கேட்பதைப் போல் ஒவ்வொன்றிலும் பத்துக்கிலோ என்றால் நாற்பது கிலோ ரவுண்டாக ஆயிரம் ரூபாய் வந்துவிடும். நல்ல வேளை பருத்திவிதைப் புண்ணாக்கு, சோளத் தவிடு, வெள்ளச் சோளமாவு என்று பட்டியல் போடாமல் விட்டு விட்டான். தலைக்கு வந்தது தலைப் பாகையோடு போயிற்று.

'இங்கருக்கிறது வேற.. நீ கேக்குறதெல்லாம் சாயந்தரம் வந்துரும்... அப்ப வா... எல்லாம் போட்டு விட்றே..' சாயந்தரம் என்றால் கொஞ்சம் போதை தெளிந்திருக்கும் அப்போது காசோடு வந்தாலும் வருவான். ஆனால் அப்போதும் 'போட்டு'க் கொண்டு வந்தால் ஒன்றும் செய்ய முடியாது.

ராமன் உள்ளொடுங்கிய கண்களை உருட்டினான். முறைப்பாக முகத்தை வைத்துக் கொண்டான். 'நிய்க்க எடமில்லாம மூட வச்சிருக்க... அம்புட்ட அடுக்கி வச்சிருக்க..' ஒண்ணு ரெண்டு மூணு என்று தள்ளாடத்துடன் எண்ணத்துவங்கினான். 'மொத்தம் நாப்பத்தி மூணு..' பெரிய மூடைகளை எண்ணி முடித்தவன் வெட்டி வைத்திருப்பதையும், 'ஒண்ணு ரெண்டு மூணு' என்று எண்ணினான்.'இதுல பன்னண்டு இருக்கு... ஆகக் கூடி பன்னண்டு அயிட்டம் வச்சிக்கிட்டு எம்டிங்கிறே... பெறகு என்னா மயித்துக்குக் கடைல ஒக்காந்திருக்க...'

வாதத்திற்கு மருந்து இருக்கிறது. பிடிவாதத்திற்கு மருந்து இல்லை. உள் எழும்பிய கோபத்தைக் கடின முயற்சியுடன் கட்டுப்படுத்திக் கொண்டான். எட்டி இறுக்கினால் நடுரோட்டில் பறந்து விழுவான். குடிபோதையில் ஒன்று கிடக்க ஒன்று ஆகிவிட்டால் வேறு வினையே வேண்டாம். உயிர் குடிகாரனுக்கும் தெருவில் போகிறவனுக்கும் ஒன்று தான்; ஒரே மதிப்பு தான் குடிகாரன் உயிர், நல்லவன் உயிர் என்று யாரும் பார்ப்பதில்லை. நல்ல குடி நியாயங்களாய் பேசத்தான் ஆட்கள் வந்து விடுவார்கள்... 'அவந்தே குடிகாரே... சவங்கப் பயன்னு தெரியுதே.. அவனப்

போயி பெரிய வீரனாட்டம் கீழ தள்ளிவுட்ருக்கே... பெரிய பருப்புன்னு நெனப்போ' என்று ஓசாரத்திற்கு வந்து விடுவார்கள்.

கிட்டத்தட்ட கடை துவங்கி ஐந்து வருஷமாகி விட்டது. இந்த ஐந்து வருஷமும் அவனது தலை தெரிந்து கொண்டேதான் இருக்கிறது. எந்தத் தெருவிற்குள் நுழைந்தாலும் பின் கேரியர், முன்பார் என இரு பக்கங்களிலும் இளநீர்க் குலைகளைத் தொங்க விட்டுக் கொண்டு வருவான். அவன் ஆடுகிறானா சைக்கிள் ஆடுகிறதா என்று என்று தெரியாது. ஆனால் ஒன்று மட்டும் நிச்சயம், அந்தச் சைக்கிளை அவனைத் தவிர எந்த மகானுபாவனாலும் ஓட்டவே முடியாது.

'ஒரே நாள்ல நாப்பது, அம்பது மரங்கள்ல கூட ஏறுவா.. லேசா ஆயிரம் ரெண்டாயிரம்னு பாத்துடுவா..' அவனைப் பற்றித் தெரிந்தவர்கள் சொல்லக் கேட்டிக்கிறான்.

தூரத்தில் 'தடக்...தடக்'சத்தம் எழும்பினால் அவன் வருகிறான் என்று அர்த்தம் 'யானை வரும் பின்னே மணி ஓசை வரும் முன்னே'கதை தான்.

அவன் வந்து படியேறுவதற்குள், தைக்க ஊசி; சரடு சகிதம் நிற்க வேண்டும். வந்த மறு நிமிடம் இயந்திரகதியில் போட்டு அனுப்ப வேண்டும். பிறரிடம் குசலம் விசாரிப்பதைப் போல் அவனிடம் நடந்து கொள்ள முடியாது. அவனை வைத்துக் கொண்டு வேறு ஆட்களைச் சமாளிக்க முடியாது. பிடிவாதமாய், 'எனக்குப் போட்டு வுட்டுட்டு மத்தாளுகளப் பாரு..' வெடுக்கென்று சொல்வான்.

ஒவ்வொன்றிலும் விலையைக் கூட வைத்து, 'இது அகாத வெலப்பா... நமக்குக் கட்டாது..' என்று அவன் ஓடி விட வேண்டும் என்று இவன் நினைத்திருக்கிறான். ஆளுக்கொரு விலை என்பது தொழில் தர்மம் ஆகாது என்றாலும் இவன் என்ன விலை போட்டாலும் வந்து கொண்டு இருக்கிறான். ஒரு நாள் கூட இது என்ன விலை அது என்ன விலை என்று கேட்டதுமில்லை. இதைப் போடு; அதைப் போடு என்று மட்டும் தான் சொல்வான். அவனைப் பொறுத்த வரை ஒன்று பிடித்து விட்டால் ஒட்டுப் புல்தான்; உடும்புப் பிடிதான்.

மீண்டும் 'இத அச்சுக்க... இதெல்லாம் போடு..' என்று வரிசையாகக் கை காட்டினான். அப்படியே அரிவாளைக்

கையிலெடுத்தான். வலக்கையிலும் இடக்கையிலும் மாற்றி மாற்றிப் போட்டுக் கொண்டான்.

மறுபடியும், 'டம்' மென்று மேஜையில் போட்டான். 'வோரம் ஆயுது.. வோடு.. ஈக்கிரம் வோடு..' போதையில் எழும் அவனது சொற்களை உள் வாங்கிக் கொள்ள ஒரு பயிற்சி வேண்டும். குத்து மதிப்பாய் இன்னதைச் சொல்கிறான் என்று யூகித்துக் கொள்ளவும் வேண்டும்.

ஆட்டம் கூடக் கூட அப்படியே கடையில் விழுந்து வாந்தி எடுத்து விடுவானோ என்கிற பயமும் இவனுள் எழுந்தது.

ஒவ்வொரு முறையும், 'நிறை தண்ணி'யில் தான் பிரசன்னமாவான் - அவனைப் பொறுத்த வரை ஒரு நாள் கூட கணக்குப்படி காசைத் தந்ததே இல்லை. இருபது, முப்பது, ஐம்பது, நூறு என்று தடவைக்குத் தடவை நிலுவை விழுந்து கொண்டே போனது.

மறுமுறை வரும் போது முதல் பாக்கியை நினைவூட்டினால் கேட்டுக் கொள்ள மாட்டான். ஒரு ஆட்டம் ஆடிக் கொண்டு நிற்பான். 'காசு வெசயத்துல நா வெள்ளக்காரே.. ஏ சர்வீசில ஒருத்தனுக்கும் ஒத்த நயாபைசா கடன் வச்சதில்ல..' என்று அடித்துச் சொல்வான். கொஞ்சம் விட்டால் வருகிறவர்கள், போகிறவர்களிடமெல்லாம் மேவிக்க ஆரம்பித்து விடுவான்.

அப்படித்தான் ஒருமுறை வயல்பட்டி கண்ணன் மூடை தூக்க வந்த போது, ராமன் வந்து நின்றான். 'ரொம்ப அர்ஜண்டு... மொதல்ல எனக்குப் போட்டு விடப்பா.. நாம் போகணும்...' என்றான்.

சம வயது என்றாலும், கொஞ்சம் கூடக் குறைய ஆனாலும், யாரையும், 'வா... போ...' என்பதும், கொஞ்சம் விட்டால், 'வாடா... போடா..' என்பதும் அவனைப் பொறுத்த வரை சாதாரணம் தான்.

'போடுறே... போடுறேம்பா... அவரு முந்தி வந்தவரில்ல.. அவருக்கு ஒரு மூடயத் தூக்கிவுட்டுட்டு ஒனக்கு வேணுங்கிறதப் போடுறேம்பா.. தெருத் தெருவா அலஞ்சுட்டு வந்துருக்க... கொஞ்சம் தகிப்பாரு..'

'அத நீ சொல்ல வேண்டியதில்ல.. நாங் கேட்ட சரக்கப் போடு.. எடத்தக் காலி பண்ணிர்றே...' வேகமாகவும் சண்டைக்கு ஆள்தேடுபவனைப் போலவும் கேட்டான்.

பொதுவாகவே குடிகாரர்கள் 'எதுடா சாக்கு' என்று அலைவார்கள். சுவருடன் முட்டிப் பேசுவது; சாக்கடைக்குள் விழுந்து சண்டை செய்வது; பார்க்கிற நாய்களையெல்லாம் கல்லைக் கொண்டு எறிவது, அதில் ஒரு ரகம் அவன்.

இவன் பில் புக்கைக் கையில் எடுத்துக் கொண்டு பக்கம் பக்கமாகத் தேடினான். ஓரிடத்தில் ராமன் பெயரில் பாக்கி எழுதப்பட்டிருந்தது. 'போன தடவ வாங்கும் போது எழுபத்தி மூணு ரூவா பாக்கி... இந்தத் தடவையும் சேத்தா..' என்று இழுத்தான்.

ஒரு கையில் அரிவாளும் மறுகையில் சாக்குமாக அப்போதும் நின்று கொண்டிருந்தான். வலிப்பு நோய் கண்டவன் இரும்புத் துண்டை வைத்துக் கொண்டு அலைவதைப் போல் ராமன் அரிவாளும், கையுமக அலைகிறான்.

அதை சைக்கிளில் ஒரு பையில் போட்டுத் தொங்க விட்டால் அது பாட்டுக்கு இருந்து கொள்ளும். யாரையும் பயமுறுத்தவா அல்லது உண்மையிலேயே அவனது சுபாவமா என்று தெரியவில்லை. கர்ணனின் கவச குண்டலக் கதையைக் கேட்டிருப்பான் போலும்.

'இந்தப் பேரேடப் பாக்குறது... நோட்டத் திருப்புறது... பில் புக்க ராவுரது இதெல்லாம் ஏங்கிட்ட வச்சுக்கக் கூடாது.. ஆமா.. நாந்தே ஏற்கனவே ஒங்கிட்ட சொல்லியிருக்கேன்ல.. துட்டு வெசயத்தில நா வெள்ளக்காரே மாதிரி ஒரு நாயி கிட்டயும் நாம் பத்துக் காசு பாக்கி வச்சதில்ல.. எவனுக்கும் நா எச்சாக் குடுத்ததுமில்ல..'

குப் குப்பென்று அடித்த வாடையில் குடலைப் புரட்டிக் கொண்டு வந்தது.

வயல்பட்டி கண்ணன் இருவருக்கும் பொதுவாக நின்றான். இவனையும், ராமனையும் அரைப் புன்னகையில் பார்த்துக் கொண்டு, தனக்குத் தவிடு, புண்ணாக்கு வாங்கிப் போவதில் குறியாக நின்றான்.

ராமன் அவனிடம் மேவித்தான்; 'ஏச்சுப் பொழய்க்கிறது எங்க வம்சத்துலயே இல்ல.. கெடச்சாக் கஞ்சித் தண்ணி... கெடக்யாட்டிக் கொழாத் தண்ணி இதுதே ஏங் கொள்க.. ஏங் காச விட்டதுமில்ல.. எவங் காசயும் தின்னதுமில்ல.. இந்த நெலமையில இவருகிட்ட நா கடே வச்சேன்னு கதவுடுறாரு... நல்லாருக்கில்ல நாயம்... காசு வெசயத்துல நா...'

இதற்கு மேல் இவன் பேச்சை வளர்க்க விரும்பவில்லை. இவ்வளவு அடித்துச் சொல்கிறவன் உண்மையில் கொடுத்து முடித்திருக்கலாம் என்று வந்தவர் நினைக்கலாம். இந்தப் பழக்கம் மற்றவர்களையும் தொத்திக் கொண்டால் கடை நடத்துவதே கேள்விக் குறியாகி விடும்.

முதலில் ராமனுக்கு நிறுத்துப் போட்டு அவனை அப்புறப்படுத்த வேண்டும். தாதாக்களுக்குத் தண்டம் அழும் கடை வரிசையில் தனதும் ஒன்றாக இருந்து தொலையட்டும்; வேறு என்ன செய்வது; மொத்தமும் போகாமல் அரை பாதியாகவாவது வந்து சேர்கிறதே என்று போக வேண்டியது தான்.

ஒரு நாள் இவன் ராமனிடம் சொன்னான். 'ஓ ஊர்லர்ந்து இங்க வாறதுக்குள்ள அஞ்சாறு மாட்டுத் தீவனக் கடைக இருக்கு... அதெல்லாம்; தாண்டி எதுக்கு இம்புட்டுத் தூரம் வாறே.. எட்டெட்டும் பதினாறு மைலு.. எளநி எறக்கி வித்து அலையுறது காணாதுன்னு இந்த அலச்சலும் தேவதானா?... ஓ நல்லதுக்குத்தேஞ் சொல்றே.. நீ வாறதுனால எனக்கு லாபந்தே.. ஆனா அம்புட்டுத் தூரத்துக்கு ஏ சைக்கிள ஓட்டி இம்சப்படணும்? சீசுவான்னு அக்கம் பக்கத்துல வாங்கிக்கிட்டு அலுப்புத்தீரக் குளிச்சிட்டுப் படுக்கலாமில்ல..'

இத்தனை விளக்கமான பேச்சு அவனுக்குப் பிடிக்கவில்லை போலும். ஒரு தினுசாக இவனைப் பார்த்துக் கொண்டான்.

'இந்தத் தோரணையெல்லாம் ஒனக்கெதுக்கு? யாரு எங்கருந்து வாறாக.. போறாகங்கிற தொலவக்கணையெல்லாம் ஒனக்குத் தேவையில்ல.. அதோட எங்க வாங்கணும் எங்க எடுக்கணும்னு எனக்கு ஒண்ணும் நிய்யி பாடம் நடத்த வேண்டியதில்ல.. தெருவுலதான கட வச்சிருக்க.. எந்த நாயும் வரும்.. போகும்.. வாங்கும் வைக்கும்.. ஒனக்கு ஏவாரந்தான.. சும்மா மூடிக்கிட்டுக் கேக்குறதப் போடு...'

'வாயைக் கொடுத்து வனவாசம் போகாதே'என்பார்கள். இப்போது அதைச் சாந்து போட்டு ஒட்டி விட்டான். நல்ல மாட்டுக்கு ஒரு சூடு. அத்தோடு அவனிடம் பேச்சுக் கொடுப்தே இல்லை. லொட லொட சைக்கிளை விட்டு விழுந்து விடுவதைப் போல் இறங்கி வரும் அவனுக்கு வேண்டியதைப் போடுவான்.

சில சமயங்களில் குச்சிப் புண்ணாக்கு, உளுந்து டஸ்ட், மக்காச் சோள மாவு, பாசி டஸ்ட், வெள்ளச் சோளமாவு என்று கடையில்

இருக்கும் அத்தனையிலும் பவத்துக் கிலோ போடு என்பான். பிச்சைக்காரன் வாந்தி எடுத்ததைப் போல் ஒன்று சேரும் அவற்றைச் சாக்குக்குள்ளேயே கைவிட்டு நேருங் கூறுமாய்க் கலக்கி எடுப்பான். இப்படிக் கலந்து விடுவதில் பால் கூடும் என்று பலரும் இதைச் செய்வார்கள். அவரவர் நோக்கில் கலந்து கட்டி அடிப்பதை வேறொருவருக்கு விற்று விடவும் முடியாது. ஒத்தப் பைசா தரவில்லை என்றாலும் சம்பந்தப்பட்டவருக்கு மட்டுமே தூக்கி விட முடியும்.

ராமன் நான்காவது தடவையாக அரிவாளைக் கையிலெடுத்தான். நீள் பதம் பார்ப்பவனைப் போல் நீவி விட்டுக் கொண்டான். மரம் மரமாய்க் குலை குலையாய் வெட்டி வீழ்த்தியதில் பதம் இழந்து போயிருந்தது அரிவாள்.

'இத வச்சுக்கிட்டு, இது.. இதப் போடு...' என்று மன்னி வைக்கப்பட்டிருந்த ஒவ்வொன்றையும் நோக்கி விரல் நீட்டி மறுபடியும் சொன்னான்.

அதிவேகத்தில் காற்றாடி சுற்றியும் அவனது களைப்பு தீரவில்லை.

தெருத் தெருவாய் அலைந்து அனைவரின் தாகத்தையும் தீர்த்துக் கிடைத்த காசில், தன் தாகத்தை டாஸ்மாக்கில் தீர்த்து விட்டு வெற்று ஆளாக வந்து நிற்கிறான்.

இவனை நம்பிக் குடும்பமும் மாடுகளும் இருக்கின்றன. உண்மையில் அவன் சொன்ன ஊரில் சொன்ன இடத்தில் மாடுகள் இருக்கின்றனவா என்று தெரியவில்லை. மிரட்டலாக வந்து வேண்டியதை வாங்கிக் கொண்டு போய் வழியில் எந்த மாட்டுக்காரனுக்காவது ஈனக்கிரயத்திற்கு விற்றுக் காசாக்கி அதையும் குடிக்கக் கொண்டு போகிறானா என்கிற சந்தேகம் இவனுக்கு இருந்தது.

'அருவா தெய்வம்யா.. அத வச்சுத்தே ஒந் தொழிலே இருக்கு. அத அடகு வச்சு மாட்டுக்குத் தீவனம் கேக்கலாமா? அந்த மாரியாத்தா கோவிச்சுக்குவாயா... போ.. போயி சாயந்தரத்துக்குள்ள எதுனாச்சும் காசு பாத்துட்டு வா... தொட்டுக்கோ தொடச்சுக்கோன்னு இருந்தாலும் ஒரு நேரத் தண்ணிய வுடலாம்.. பாலெடுக்கவும் வந்து வேணுங்குற மட்டும் வாங்கிட்டுப் போயி குளுரத் தண்ணிய வுடப்பா..'

கெஞ்சுதலான இவனது பேச்சை ராமன் பொருட்படுத்தவில்லை. உளறல் மாறி உறுதியாகப் பேசுவது போல் பாவம் காட்டினான். ‘அப்ப ஏம் மேல நம்பிக்க இல்லேல்ல.. இப்ப குலுதாடி ஒட்டத் தொடச்சது மாதிரி இருக்கேன்னுதா வந்து, கேக்குறே.. பச்சத் தண்ணிய வுட வச்சி பால் மாட்டுப் பாவத்த வாங்கிக் கட்டிக்காத.. ஓ பரம்பரதே பாதிக்கும்... நீயே சொன்னது மாதிரி, ஏந் தெய்வத்தையே அடமானம் வச்சுக் கேக்குறே... கச கசன்னு பேசாமப் போட்டு விடு...’

இவன் செய்வதறியாது திகைத்து நின்றான். அரிவாளை வாங்கியோ வாங்காமலோ எப்பிடியெனிலும் இப்போது போட்டு விடுவதற்கு நிச்சயம் காசு வரப் போவதில்லை. அரை குறையாகவாவது முன்பு காசு கொடுத்து வந்தான். இப்போது அதற்கும் மோசம் வந்து விட்டது.

ஒத்தைக் காலில் நின்று மறுத்து விட்டால் மத்த காலையும் போட்டுத் தள்ளி விடுவான். ‘மூர்க்கனும் முதலையும் தான் கொண்டது விடா’என்று சும்மாவா சொன்னார்கள்.

அப்போதைக்கு அவன் நினைப்பது நடக்க வேண்டும்; கேட்பது கிடைக்க வேண்டும். வேறு வழியின்றிப் போட்டு விட்டாலும் அடுத்த முறை வரும் போது, ஏற்கனவே வாங்கியதைச் சுத்தமாக விட்டு விடுவான்.

வழக்கம் போல ‘காசு வெசயத்துல நா வெள்ளக்காரே.. ஏஞ் சர்வீசில ஒரு நாயிக்கு ஒத்தப் பைசா கூட கடஞ் சொன்னதில்ல.. எவனுக்கும் ஏங் காச விட்டதுமில்ல..’ என்று அடித்துப் பேசலாம், ‘எங்க ஏந் தெய்வத்த..’என்று கேட்டு அந்த அரிவாளை வாங்கிப் போய் விடலாம். தெய்வத்தை எங்கு ஏன் விட்டு விட்டுப் போனோம் என்பது நினைவுக்கு வந்தால் எதிர்பாராமல் காசும் கிடைக்கலாம்.

இண்டம் புதரில் சிக்கிக் கொண்ட அவஸ்தைதான் இவனுக்கு ஏற்பட்டது. கடை நடத்துவதில் இத்தனை பயந்தாங் கொள்ளியாக இருந்தால் வருகிறவன் போகிறவனெல்லாம் ஏறி மேய்வான். என்றாலும் வீரனாய் இன்னொரு நாள் இருந்து கொள்ளலாம். இன்றைக்கு அவன் அரிவாளைத் தூக்குவதும் மேஜையில் வைப்பதுமாக இருக்கிறான். ஆயிரம் ஐநூறுக்காக அவனைத் தான் வெட்டப் போகிறோமா அல்லது அவன் தன்னை வெட்டப் போகிறானா என்று தெரியவில்லை ஏனோ மனைவி, பிள்ளைகளின் கலகலப்பான முகங்கள் நினைவில் வந்தன.

போய்த் தொலைகிறான். இப்படிப்பட்ட கிறுக்கர்கள் என்ன செய்வார்கள் என்றும் சொல்ல முடியாது. போனால் போகட்டும்; உயிர் மிஞ்ச வேண்டும். பிழைத்திருந்தால் மறுநாள் வியாபாரம் பண்ணி இழந்ததை மீட்டிக் கொள்ளலாம்.

வந்தான், வென்றான் என்பது போல் ராமன் விருப்பம் போல் வாங்கினான். சிரமமாகத் தோளில் தூக்கிக் கொண்டான். தள்ளாடித் தள்ளாடி சைக்கிளை நோக்கி நடந்தான். சத்தியவந்தன் போல் அரிவாளை மேஜையிலேயே விட்டு விட்டுப் போனான்.

ஒரு மாடு என்றால் இது தீர்வதற்கு பதினைந்து நாளாகி விடும்; அதற்கு மேல் என்றால் எண்ணிக்கையைப் பொறுத்து நாட்கள் சுருங்கும். ர்ாமனைப் பொறுத்தவரை பத்து நாள் பதினைந்து நாள் என்று விட்டு வருகிறவனாகத்தான் இருக்கிறான். பால் எடுக்கும் அளவைப் பொறுத்து தீவனம் தீரும் அளவும் இருக்கிறது.

எனினும், ராசியான அரிவாள் வேலை வெட்டிக்கு ஆகும் என்று மறுநாளே வந்தாலும் ஆச்சரியம் கொள்வதற்கில்லை. தெய்வத்தை விட்டு விட்டு யாரும் சும்மா இருக்க மாட்டார்கள். தெய்வத்தையே அடகு வைத்ததால் மீட்கும் பொருட்டு வந்து உரிய காசை தந்து விட்டு விடுவித்துச் செல்லலாம். ஆனால் எங்கே வைத்தோம்; எங்கே விட்டோம் என்று நினைவுக்கு வர வேண்டும்.

இவன் நம்பியது போல் ராமன் மறுநாள் வரவில்லை; அதற்கு மறுநாள்; அடுத்த சில நாட்கள் என்று அவன் அந்த வீதியில் தட்டுப்படவே இல்லை. ஒரு வேளை தவிடு தீர்ந்த பின் வந்தாலும் வரலாம். கடனுக்காகப் பயந்து கொண்டு அவன் வராமல் போகிறவனல்ல. முன்பு சொன்னது போல் அக்கம் பக்கத்துக் கடைகளில் வாங்கப் போயிருந்தால் ஒன்றும் செய்வதற்கில்லை. சனியன் இத்தோடு விட்டது என்று ஒதுங்கிக் கொள்ளலாம். ஆனால் ஆயிரக் கணக்கான ரூபாயை போனால் போகிறதென்று விட்டு விட முடியாது.

பதினைந்து நாள் என்பது ஒரு மாதம் ஆயிற்று; இரு மாதம் ஆயிற்று; அவன் தலை தெரியவே இல்லை. தவிடு வாங்க வரவில்லையென்றாலும் இளநீர் விற்பனைக்காகக் கூடக் கடந்து போவான் என்று சுளுக்கு விழுகிறாற் போல் தலையை வெடுக் வெடுக்கென்று திரும்பிப் பார்த்துக் கொண்டான். ஆனால் கண்கள்தாம் பூத்துப் போயின.

இது போல் எப்போதும் நடந்ததில்லை. அவன் என்னவானான்; அவனுக்கு என்ன நடந்தது என்று பலரையும் விசாரித்தான். யாரும் எதையும் தெளிவாகச் சொல்லவில்லை. உடம்புக்கு ஏதாவது ஆகிவிட்டதா? உயிருக்கு ஏதாவது நேர்ந்து விட்டதா? ஒன்றும் விளங்கவில்லை. தீர விசாரிப்பதே மெய் என்று நினைத்துக் கொண்டான்.

தீவனக் கடைகளில், நூறு தானே, இருநூறுதானே, ஐநூறுதானே, ஆயிரந்தானே என்று மெத்தனமாக விட்டு விட்டு, இந்த நான்கைந்து வருஷத்தில், ஐந்தாறு லட்சத்தை இழந்தாயிற்று. கொஞ்சம் இருப்புக் காசில் கடை துவங்கியதால் 'யானை படுத்தாலும் குதிரை மட்டம்'என்பது போல் வண்டி ஓடுகிறது.

கிராமம், கிராமமாகப் பாக்கிகள் நிற்கின்றன. அதற்கென்று போட்ட கட்டை நோட்டு நிரம்பி வழிகிறது. பலர் பால் வற்றி விட்டது என்றார்கள்; சிலர் கன்று போட்ட பின் வருகிறேன் என்றார்கள். மாடு பார்த்துக் கட்டு படியாகவில்லை என்று விற்றவர்கள் ஊருக்கு ஊர் பெருகினார்கள். விற்ற காசில் கணக்கு முடிக்காமல் வேறு செலவுகளுக்கு வைத்துக் கொண்டவர்களும் இருந்தார்கள். கடனாளியாகி ஊரை விட்டு ஓடியவர்களும் உண்டு.

இப்படியே ஒவ்வொன்றாக விட்டுக் கொண்டே இருந்தால் ஒருநாள் கடையை மொத்தமாக இழுத்து மூடிவிட்டு வீட்டில் கால் நீட்டிப் படுக்க வேண்டியதுதான்.

துணிந்து ராமனைப் பார்க்க அரிவாளுடன் ஒரு வெய்யில் தாழ்ந்த நேரமாகப் பார்த்துப் புறப்பட்டான். இதுதான் ராமனுக்கு உகந்த நேரம்.

ஆறு மணிக்கு மேல போனால், இன்னொரு ஆப், ஃபுல் என்று போய் விடுவான். அப்புறம் நடந்தது என்னவென்று தெரியாது.

அரிவாள் வெளியில் தெரியாமல் இருக்குமாறு பைக்குள் பத்திரமாக வைத்துக் கொண்டான். ஆடி ஆடி அது ஓர் ஓசையை எழுப்பி விடக் கூடாது என்று தலைக் கழுத்தாய் ஒரு கட்டுக் கட்டியுமிருந்தான்.

ஐம்பது தலக்கட்டு; நூறு தலக்கட்டு; நூற்றைம்பது தலக்கட்டு என சுருங்கியும், விரிந்தும் பெயருக்கு ஊரெனத் தெரிந்த ஐந்தாறு கிராமங்களைக் கடந்து, ராமனின் இருநூறு தலக்கட்டு ஊரை அடைந்தான். இதைத்தான் அவன், 'சுத்துபத்துல போட்ஸான ஊரு எங்களுது... நொழஞ்சு ஆர்ட்ட கேட்டாலும் வூட்டுக்கே

கூட்டியாந்து வுட்டுட்டுப் போவாக முத்தழகன் பேரன்னா கைக்கொழந்த கூட கதறல நிறுத்திடும்...' என்று சலா வரிசை அடித்திருந்தான்.

இன்னுங்கூட கூரைகள் மாறாத ஓடு, தகரம் வேய்ந்த வீடுகள், சுக்கான் கல் சாலைகள், வீச்சமெடுத்த சாக்கடைகள் என்று போன ஊரில், கடைக் கோடியில் சின்னப் பொட்டலில், ராமன் என்கிற ராமைய்யாவின் குடிசை இருந்தது.

முன் பகுதியில், சரியான இரை கண்டிராத, நேரா நேரத்திற்கு தண்ணீர் காட்டப்படாத தொத்தல் பசுவும், வத்தலான கன்றுக்குட்டியும் கட்டப்பட்டிருந்தன. கூரை பாதி; ஓடு மீதி என்றிருந்த வீட்டின் முன் தாழ்வாரப் பகுதியில் நைந்து நொந்து, போன இரண்டு உருவங்கள், நெளிந்தும், வளைந்துமாய்த் திண்ணையில் கிடந்தன.

இவன் பைக்கைக் கொண்டு போய் திண்ணையை ஒட்டி நிறுத்தினான். அந்த இரு கிழங்களும் அரக்கப் பரக்க விழித்துக் கொண்டு, ஏழமாட்டாமல் எழுந்து நின்றன.

பெரியவர் தோளில் கட்டம் தெரியாமல் அழுக்கேறிய துண்டும், வெள்ளை வேட்டியா கைலியா என்று தெரியாத ஒன்றை முழங்கால் அளவு கட்டிக் கொண்டு நின்றார். அவர் ராமனின் அப்பனாக இருக்கலாம்.

இப்போதைய நிலையில் அவர் 'தண்ணி'போடக் கூடியவராய்த் தெரியவில்லை. ஆனால் தொடர்ந்து பலகாலம் போட்டு உடம்பு எச்சுப் போய் இப்போது விட்டிருக்கலாம். அல்லது உழைத்து உழைத்து உருமாறி அப்படிப் போயிருக்கலாம்.

அந்த அம்மாள் ரவிக்கை அணியவில்லை. பழஞ்சேலை சுத்தப்பட்ட சோளக் காட்டுப் பொம்மை போல கொந்தாங் கூறாக நின்றாள். கஞ்சிக் குடி இல்லாத உடல் வாகு. சுருக்கம் இன்ன அளவில் என்றில்லை. கை கால் முகம் என எல்லாம் சாம்பிப் போயிருந்தன.

'இதா ராமய்யா வீடா?.. அவரு உள்ளதே இருக்காரா? ..' என்று கேட்டுக் கொண்டே தலைக் கட்டை அவிழ்த்துப் பையிலிருந்த அரிவாளைக் கையில் எடுத்துக் கொண்டான்.

சுற்று முற்றும் கண்களை ஓட விட்டதில், ராமனின் லொட லொட சைக்கிள் கிழக்கு மதிலோரம் சாய்த்து நிறுத்தப்பட்டிருப்பது தெரிந்தது.

ஐந்து மணி வெய்யில் மத்தியானத்தின் உக்கிரம் வெகுவாகத் தணிந்திருந்தது. எத்தனை வேகமான வில்லங்கமான மனிதனையும் இயல்புக்குக் கொண்டு வரும் சூழல் நிலவுவதாக இவன் நினைத்துக் கொண்டான்.

பெருசு வலது கையைப் பரத்தி நெற்றியில் கத்தி வசமாய் வைத்துக் கொண்டு, வெய்யிலுக்கு கண்கள் இடுங்கிப் பார்ப்பதைப் போல் உள் நோக்கிக் குரல் கொடுத்தது.

'அப்புனு... அய்யா.. தம்புடு.. ராசா.. ஆரு வந்துருக்காகண்டு பாரு கண்ணு.. ஏதோ மாட்டுத் தீவனக் கடையாம்.. புதூர்லர்ந்து பெரியவுக வந்துருக்காக.. மகராசா வந்து என்னாண்டு கேளுய்யா..' சீவிய சோற்றுக் கற்றாழையாய் வழுவி வழுவிக் குரல் வந்தது.

கிழவியும் பின்பாட்டுப் பாடினாள். 'பையப் பதறாமப் பாத்து வா புள்ளாண்டா.. கையில அருவா வேற வச்சிருக்காக.. என்னா எவடம்னு வந்து பாரு அய்யாவு.. எனக்கு என்னமோ பயமாருக்கு' வயோதிகத்தின் காரணமாக ஏற்கனவே நடுக்கமெடுத்த குரலில் ஒரேயடியாய்ப் பதட்டம் கூடி வந்தது.

இவனுக்கு அந்தப் பெரிசுகளின் கையறு நிலை புலப்பட்டது. கடுங் குடிகாரனின் தயவை நம்பி ஒரு வாய்க் கஞ்சிக்கு ஆலாய்ப் பறக்கும் நிலையில் இருப்பதாய்க் கசிந்துருகினான். என்ன செய்வது? குடிக்கு அடிமையானவர்களின் வீடுகளில் எல்லாம் இப்படி ஏதாவது ஒன்று உள்ளம் பதற நடந்து கொண்டு தான் இருக்கிறது.

உள்ளிருந்து அரவம் கேட்டது. முழுத்தூக்கம் போட்டு விழித்திருக்கக் கூடும். அடுத்த பெக் ஊற்றுவதற்கு முன் சிறிது இடைவெளி. உண்மையில் தூக்கம் காரணமாகக் குடிக்காதிருக்கலாம். தூங்கும் போது யார்தான் குடிப்பார்கள்? இந்தச் சில மணி நேரங்களில் ராமனின் கால்கள் பூமியில் பதிந்திருக்கலாம். ஒரு வேளை அடையாளம் கண்டு துல்லிய விசாரணையை மேற்கொள்ளலாம்.

முழுப் போதையில் விட்ட இடம் தெரியாமல் தவித்திருந்த வேளையில், அதிர்ஷ்ட அரிவாள் மீண்டும் கிடைத்ததை எண்ணிக் கண்கலங்கக்கூடும். 'ஏங் கொல தெய்வத்தையே கொண்டாந்திட்டே.. இதுக்குக் கோடி ரூபா கூடக் குடுக்கலாம்..' என்று நெக்குருகிப் போகலாம். ஆயிரம் பாக்கியை பைசா குறைவின்றிக் கொடுத்துக் கணக்குத் தீர்க்கலாம். ஒரு பேழையைப் போல் அரிவாளைக்

கையில் ஏந்திக் கொள்ளலாம். நொடிக்குள் நூறு விதமாய் எண்ணங்கள் ஓடின. இன்றைக்கு நடப்பதெல்லாம் நன்றாகவே நடக்கும். பேப்பரில் சிம்மராசிக்குச் சொல்லியிருக்கிறான்.

ராமன் வெளிப்படும் போது அவனது கையிலும் அரிவாள் இருந்தது. அது வேறொரு அரிவாள். சற்று புதுசாய்ப் பட்டை தீட்டித் தெரிந்தது.

இருவரும் அரிவாள்களுடன் நிற்பதைப் பார்த்து கிழவியும், கிழவனும் பதறிமுன் வந்தார்கள்.

'அய்யா.. அவன வுட்ருங்கய்யா.. ஒங்களுக்குக் கோடி புண்ணியம்யா.. மசங்குறதுக்குள்ள இன்னம் பத்துப் பதினஞ்சு மரம் ஏறி எளநி எறக்கணும்;.. மய்க்கா நா ஏவாரத்துக்கு அத வுட்டா வேற வழியில்ல... எதுன்னாலும் பேசித் தீத்துக்கலாம் சாமி... ஒங்க கையக் காலா நெனச்சுக் கும்புடுறேந் தெய்வமே..' இரண்டு அரிவாள்களுக்குமிடையில கிழவன் வந்து நின்று கொண்டான்.

ராமன் அன்று வந்த அதே ஆடை அமைப்புடன் நின்று கொண்டிருந்தான். ஏற்றிக் கட்டப்பட்ட அதே அழுக்கடைந்த கைலி. பிசுக்கேறிய முண்டா பனியன் ஆணி பதித்த முரட்டு டயர்ச் செருப்பு. சதாவும் இளநீர் இறக்கி, இறக்கிக் கறைபடிந்து போயிருக்கும் அவற்றைத் துவைத்துத் தொங்கப் போடுவதென்பது அவனைப் பொறுத்தவரை செக்கிழுத்த சிதம்பரனார் வேலை.

இவன் ஏதோ சொல்ல வாயெடுத்தான்; அதற்குள் ராமனே ஆரம்பித்தான் 'வாங்கய்யா..வாங்க.. புதூர் மாட்டுத் தீவனக் கடக்காரர்தானே.. அதென்ன கைல அருவா.. உரிமப்பட்ட எடம்னு ஏதும் எளநி கிளநி வெட்டிக் குடிக்கலாம்னு வந்தீகளா.. அதே நாந்தே வச்சிருக்கேன்ல.. புது அருவா வேணுங்கிறத வெட்டித் தருவேன்ல.. இதுக்குன்னு மெனக்கிட்டு மொட்ட அருவாளோட வந்து நிய்க்கிறீக!'

இவனுக்கு என்ன சொல்வதென்றே தெரியவில்லை. எப்பிடித் துவங்குவது என்றும் திகைப்பாக இருந்தது. உண்மையில் இந்த அரிவாள் விஷயத்தை அவன் மறந்துவிட்டானா? அல்லது மறந்தது போல் நடித்து முழுக்காசையும் மொங்கான் போட நினைக்கிறானா?.. வழக்கம் போல் ஐம்பது, நூறு என்றால் பரவாயில்லை. இது ஆயிரம் ரூபாய் சமாச்சாரம்.

இவன் தயங்கித் தயங்கிச் சொன்னான் 'அதுக்கில்ல.. அது... அன்னிக்கு.. நீ தான இந்த அருவாள அடமானம் வச்சு ஆயர்

ரூவாய்க்கிக் சரக்கு வாங்கிட்டு வந்தே.. இதத் திருப்பிக் குடுத்துட்டு அந்தக் காச வாங்கிட்டுப் போலாம்ணு வந்தே..'

ராமன் பகபகவெனச் சிரித்தான். 'நல்ல ஆள் வந்து சேந்தீக.. இதென்னய்யா புதுக் கத? எவனாச்சும்.. இல்ல.. எந்தக் கிறுக்கனாச்சும் தொழில் காரியமானத அடகு வச்சுப் பொருள் வாங்குவானா? அது கோடி ரூபா வர்றதாக் கூட இருக்கட்டும்.. அதே மாதிரி.. ஆராச்சும் இந்தத் துருப்பிடிச்ச அருவாள ஏத்துக்கிட்டு ஆயர் ரூவாய்க்கிச் சரக்குப் போட்டு விடுவாய்ங்களா? இதப் போயி ஊர்ல சொன்னீகன்னா சிரிச்சுப் போடு வாய்ங்க!'

இது அவனுடைய எல்லை; இங்கு வார்த்தைகளை எண்ணிப் பேச வேண்டும். எதையாவது எடுத்து விட்டால் விளைவுகளைத் தாங்க முடியாது. தன் எல்லைக்கு வந்தே தாதாவாகச் சாதித்தவன் அவன் எல்லையில் சோதாவாக இருக்க மாட்டான். பாடாவதியான அரிவாள் தன் கையில். பளபளப்பாக மின்னும் அரிவாள் அவன் கையில்.

கிழவனும், கிழவியும் சாய்ந்து விழுந்து விடுவதைப் போல் தள்ளாடித் தள்ளாடி முன் வந்து கொண்டே நின்றார்கள். இருவரும் ஒருவரையொருவர் வெட்டமுனையும் போது தாங்கள் குறுக்கே விழுந்து பலியாவதன் மூலம் அவர்கள் திருந்;தி ஒன்று சேர வேண்டும் என்கிற சினிமாப் பதைபதைப்பு பெருசுகளிடம் இருந்தது.

'போய்த் தொலைங்க கழுதைகளா..' என்று இருவரையும் ஒரு சேரத் தள்ளினான் ராமன். இவன் அரிவாளைக் கீழே போட்டு விட்டு அவர்களைத் தாங்கிப் பிடித்துக் கொண்டான்.

ராமன் சொன்னான் 'நா ஏற்கனவே சொல்லீருக்கே.. துட்டு வெசயத்துல நா வெள்ளக்காரே மாதிரின்னு.. ஏஞ் சர்வீசுல.. ஒத்தப் பைசா ஒருத்தங்கிட்ட கடன் வாங்குனதுமில்ல.. குடுத்ததுமில்ல.. வேற யாரையோ நெனச்சுக்கிட்டுவந்து ஏங்கிட்ட வந்து பேசுறீங்க... எதும் போதயக் கீதயப் போட்டுட்டீகளா?'

– பேசும் புதிய சக்தி – 2021

13

புதுப்புது உறவுகள்

ஆச்சு ஒரு வருஷம். அம்மா சொல்றா.. அவரு வந்து வந்து போறார்னு. அவரு தல தெரிஞ்சாலே ஏண்டா அந்த ஓட்டம் ஓடி ஒழியுறேன்னு அமட்டுறா.. தம்பி கூட அவரு பாவம்ணேங்குறா.. ஆனா அவகள்லாம் பழச மறந்துட்டாக போல்ருக்கு. அவக சொன்னா என்னா ஆரு சொன்னா என்னா, அந்த மொதல் மந்திரியே வந்து சொன்னாலும் ஏம் மனசு ஆறாது.

இம்புட்டு நடந்ததுக்கு அப்பறமும் அவரு என்னயத் தேடி வாறதே தப்பு. அவரோட சமாதானம் ஆருக்கு வாணும்? சின்னப் புள்ளைக்கு முட்டாயி குடுத்து ஏமாத்துறது மாதிரி என்னயும் ஏமாத்தப் பாக்குறாரா? அது ஏங்கிட்ட நடக்காது.

அப்பாவும் சதாசிவம் மாமாவும் ஒட்டுப்புல் மாதிரிதே லைப்ரேரி, சினிமா, மீட்டிங்குன்னு அவகளச் சேந்து பாக்காதவுக பாவஞ் செஞ்சவுக.. சதாசெவம் மாமான்னா ஆரு? அதே இப்ப என்னயத் தொரத்திக்கிட்டுத் திரியுறாரே அவருதா.

ஊர்ல ஆயிரமா லட்சமா ஆளுக இருக்காக ஆனா அதிசயமா இவுக ரெண்டு பேரும் ஒண்ணு சேந்தாக. நகமும் சதையும்னுதே பாக்குறவுக சொல்வாக. இது மாதிரி செநேகம் எத்தனை பேருக்கு அமஞ்சிருக்குன்னு தெரியல.

மாமாவுக்கும் குடும்பங் குட்டினு இருக்கு. ஆனா அதக் கூடச் சரியாக் கவனிப்;பாரான்னு தெரியல. பொழுதுக்கும் அப்பாவத் தேடி வருவாரு. அப்பாவும் சளைக்காம அவரத் தேடிப் போவாரு. எங்களுக்குன்னா ஒரே அலுப்பா இருக்கும். ‘என்னடா இது மதுரைக்கு வந்த சோதனை'ன்னு தம்பி லந்து பண்ணுவான். அம்மாவும் நானும் சிரிச்சிக்கிருவோம்.

ஒரு வக்கம் விடியுறதுக்குள்ள சதா செவம் மாமா பேச்சுக் கேக்க ஆரம்பிச்சிரும். அரத் தூக்கத்துல பாத்தா மாமா சேர்ல கால்மேல கால் போட்டு ஒக்காந்துருப்பாரு. அப்பா அவரு கூட வாக்கிங் போக அரக்கப் பரக்க ரெடியாகிக்கிட்டிருப்பாரு.

அந்த வேகத்துக்கு ஈடு குடுக்குறாப்ல அம்மாவும் காபி போட்டுக் கொண்டாந்து நீட்டுவா. மாமா ஆர்வமா கைல வாங்கிக் கிருவாரு. அப்பப் பாக்கணுமே அவரு மொகத்த. அம்புட்டுப் பெரகாசமா இருக்கும்.

இதுக்குன்னே கூட அவரு அப்பாவச் செநேகம் புடுச்சிருக்காரோன்னு தோணும். ஆனா அது எம்புட்டுப் பெரிய தப்புன்னு போகப் போகத்தாந் தெரிஞ்சது.

மாமா அப்புடி ஒண்ணுங் கஞ்சப் பிசுனாரி இல்ல. ரொம்ப வெள்ளன வந்தாலும் வெறுங் கையோட வர மாட்டாரு. வூட்டு மரத்துல நாலு முருங்கக் கொப்பாவது இணுங்கிக்கிட்டு வருவாரு.

மத்த நேரங்கள்ல அத்த அதச்செஞ்சு குடுத்தா இதச் செஞ்சு குடுத்தான்னு துணிப்பையிலயோ தூக்கு வாளியிலயோ கொண்டாருவாரு. வதிலுக்கு அம்மாவும் எதையாச்சும் பண்ணி அப்பா கிட்டக் குடுத்தனுப்புவா.

இதுல எனக்குந் தம்பிக்குந்தே வேட்ட. ருசி ருசியாத் திங்கக் கெடச்சுக்கிட்டே இருக்கும்.

செல சமயங்கள்ளல சதா செவம் மாமா குடும்பத்தோட வருவாரு. கறி புளின்னு எடுத்து ஆக்கிப் போட்டு அசந்து போவா அம்மா.

உள்ளூர்தே. இது மூணாவது தெருவு. அது பதிமூணாவது தெருவு. இதுக்குள்ள அம்புட்டு நடக்கும். அது மாதிரிதே மாமா வூட்டுக்கு நாங்க போனாலும் அத்த குமுச்சு எடுத்துருவாக.

மாமா புள்ளைக சேகரும் செல்வியும் உசிருக்குசுராப் பழகுவாக. ஒண்ணுக்கொண்ணு பாக்காம பேசாம இருக்க முடியாதுங்குற மாதிரி எல்லாம் இருக்கும்.

ஒரு எல்லைக்கு மேல போயி, மாமா கூட, 'ஏம் பொண்ணு ஓம் பையனுக்குத்தேன்'னு அப்பா கிட்டா உணர்ச்சிவசப்படுவாரு. இதக் கேட்டு அத்தையும் அம்மாவும் அம்புட்டுச் சிநேகமாச் சிரிச்சுக்குவாக.

அத்த கைப்பக்குவத்துல அதுர்சமும் முருக்கும் செஞ்சு சாப்புடணும். அம்புட்டு ருசியா இருக்கும். அதுக்காகவே கூட செல்வியக் கட்டிக்கணும் போல இருக்கும்.

அவளுக்கும் பதினேழு பதினெட்டு வயசாவது இருக்கும். துருதுருன்னு அம்புட்டு அழகா இருப்பா.

இதெல்லாம் பேசுற வயசு இல்லதே. ஒண்ணாத் திரிஞ்சம்னா, ஒண்ணு மண்ணா வளாண்டம்னா அம்புட்டும் நடந்துரும்னு கற்பன பண்றது தப்பு.

அதொரு சாதி; இதொரு சாதி. அதுக்கு மேல சொந்த பந்தங்க இருக்காக.. மாமே மச்சான்னு இருக்காக.. ஆளுக்கொரு கட்டயத் தூக்கிட்டு வந்துருவாக.

ஆனாலும் அப்பாவும் மாமாவும் பழகுற பழக்கத்த வச்சுப் பாத்தா எல்லாத்தையும் மீறி நடந்துரும் போலருக்கு.

மருந்துக் கடைகளுக்கு ஆர்டர் எடுக்கவும் வசூல் பண்ணவும் அப்பா ஊர் ஊராப் போயிக்கிட்டு இருப்பாரு. அப்பல்லாம் சதாசிவம் மாமா நேரம் ஒதுக்கி வந்துருவாரு. வூட்டுக்குக் கீழ இருக்குற ஸ்டோர் ரூம்ல மருந்து மாத்திரைகன்னு பொட்டி பொட்டியா அடுக்கிக் கெடக்கும்.

சேர்ல மாமா வசமா ஒக்காந்துக்குவாரு. இதென்னா மாத்திர, அதென்னா மாத்திர, இந்த மருந்து எங்கருக்கு, அந்த மருந்து எங்கருக்குன்னு ரெண்டு பேரும் போன்லயே மணிக்கணக்குல பேசிக்கிருவா. அப்பா சொல்லச் சொல்ல மாமா எடுத்து வச்சுக்கிட்டே இருப்பாரு. காலேஜ் விட்டதும் நானும் மாமாவுக்கு ஒத்தாசையா ஒக்காந்துக்கிருவே. முழுநாள் லீவுன்னா அவரு என்னயப் போட்டுப் பிச்சு எடுத்துருவாரு. தம்பி இது எதுலயும் சிக்க மாட்டான். 'அவனுக்குப் பதினாலு பதினஞ்சு வயசுதான ஆவுது.. விட்ரு; வளாடப் போகட்டும்னு மாமா சொல்லீருவாரு. மாட்டுனது நா மட்டுந்தே. ரெண்டு பேரும் பேக்கேஜ் பண்ணி, புதுப் பஸ் ஸ்டாண்டுக்கும், பழய பஸ் ஸ்டாண்டுக்கும் ஓடிக்கிட்டே இருப்போம். பைக்குக்கு வாயிருந்தாலும் அழுதுரும். அந்தந்த ஊர்க்காரவுக பழக்கமான டிரைவருக, கண்டக்டருக மூலமாவும் டெலிவரி நடக்கும். அவகளும் அந்தந்த ஊர்கள்ல இருக்கிற மெடிக்கல் ஷாப்புகளுக்கும் கரெக்டாக் கொண்டுட்டுப் போயிச் சேத்துருவாக.

மாமா ஆரவாரமான கமிஷங் கட ஏஜெண்டு வேலைகளுக்கு மத்தியிலயும் இங்க வந்து ஒக்காந்து கெடப்பாரு. குடுக்கல் வாங்கல் கொள்முதல் பூராத்தையும் போன்லயே முடிச்சுக்குவாரு.

மித்தபடி அவரு நோக்கமெல்லாம் அப்பாவுக்கு ஒதவுறதுதே. இம்புட்டுக்கும் அவக ரெண்டு பேருக்கும் கூட்டுமில்ல் ஒண்ணுமில்ல ஆனா கூட்டாளிக தோத்துப் போவாக.

அல்லாம் முடிச்சு கணக்கு வழக்கெல்லாம் பாத்துட்டு மாமா கெளம்புறதுக்கு நைட்டு பத்துமணி பதினோரு மணி கூட ஆயிரும்.

அப்பா வரவும் ரெண்டு வேரும் நாகர் பொரோட்டா ஸ்டாலுக்குப் போவாக. அந்த ரெண்டாங் கெட்ட நேரத்துல பஞ்சு பஞ்சா பொரோட்டா போட்ருப்பாக. சிக்கன் மட்டன்னு சீத்தியடிக்கும். அப்பா மாமாவ நல்லாச் சாப்புட வுட்டுட்டு அவரு வூட்டுக்கும் பார்சல் வாங்கிக் குடுத்தனுப்பிட்டு எங்களுக்கும் வாங்கிட்டு வருவாரு.

தூக்கந் தாங்க முடியாம நானு அப்பபடியே மருந்துப் பொட்டிக மேலவுழுந்து கெடப்பே. அப்பா கைத்தாங்கலா மாடிக்குக் கூட்டுப் போவாரு.

நடுக்கூறு சாமத்துல கறி, மீனு, முட்டைனு, சாப்புடுறது ஒடம்புக்குக் கெடுதிதே. அது அப்பாவக்குந் தெரியும். ஆனா அவரப் பொறுத்தவர புள்ள குட்டிக தின்னு பாக்கணும்.

பொதுவா அப்பாவுக்கு தாந்தின்னிப் பழக்கம் இல்ல. தேவாம்ருதம்னாலும் சேந்துதேங் குடிக்கணும். விருந்துன்னாலும் சேந்துதேஞ் சாப்புடணும்.

சுத்துபத்துகள்ளல ஏவாரத்துக்குப் போனாலும் இஷ்டத்துக்கு ஒண்ணச் சாப்புட மாட்டாரு. ரொம்பப் பசிச்சாலும் பேருக்கு ரெண்டு பன்னப் பிச்சுப் போட்டுக்குவாரு. ஒரு டீயக் குடிச்சுக்குவாரு. அம்புட்டுத்தே.

உபசரிப்புப் பழக்கத்துல அப்பாவ மிஞ்ச ஆள் இல்ல. தெரிஞ்சவுக வச்சவுகன்னு ஆராச்சும் வூட்டுக்கு வாறதாத் தாக்கல் சொல்லீட்டாப் போதும், அப்புடியே ஈயமாத் துடிச்சுப் போவாரு.

அங்குட்டுப் போவாரு.. இங்குட்டுப் போவாரு.. தெருவுல நிப்பாரு.. திண்ணையில ஒக்காருவாரு.. ஏ நீங்களும் பாருங்கடாம் பாரு.. என்னத்தப் பேச்க.. ஆளுந்தெரியாம அடையாளமும் புரியாம..

அம்மாவுக்குன்னா இந்தப் பாதரவெல்லாம் இல்ல. அவளும் பரப்பெடுத்துக்கிட்டு இருந்தா வாற போற ஆளுக்கு வாகு வழியா ஆக்கிப் போடுறது ஆரு?

அப்பாவுக்கு இப்புடி ஒரு கொணம் எங்கருந்து வந்துச்சு ஏ வந்துச்சுன்னு தெரியல. ஓவராப் படிக்குறதுனால கூட வந்துருக்கலாம். மூஞ்சிக்கு மூஞ்சி பாத்துக்கிட்டாலும் திருப்பிக்கிட்டு ஓடுற காலத்துல அப்பா ஊர்ல ஒருத்தரு பாக்கி இல்லாம எல்லாரு கையவும் குலுக்க நெனச்சாரு.

அம்மாதே அடிக்கடி சொல்வா: 'ஏங்க இப்புடித் தொல்லையத் தோள்ல தூக்கிப் போட்டுக்கிட்டு அலையுறீகன்னு'

ஆனா அததுக்குப் பொருத்தமா ஒரொரு காரணத்தச் சொல்லி அம்மாவோட வாய அடச்சிருவாரு அப்பா. 'கையிலென்ன கொண்டு வந்தோம்.. கொண்டு செல்ல'ங்கிற பாட்ட பேமஸ்ஸாப் பாடிக்கிருவாரு. இன்னிக்கிருக்கிற ஆள நாளைக்குக் காணம்னு தத்துவஞ்சொல்வாரு.

'அதுக்கு நாம அம்பானி, அதானியாப் பொறந்திருக்கணும்'னு அம்மா எதிரடி அடிப்பா.

ஆனாலும் அவளுக்கு மனது கேக்காது. அப்பாவ நோகடிச்சு அவ பாத்ததில்ல.. 'ஏங்க ரசத்துக்கு கொஞ்சங் கனிஞ்ச பழமாப் பாத்து வாங்குங்கம்பா. கறி புளியோட பத்துப் பதினஞ்சு முட்ட இருந்தா பொரிச்சுக் குடுக்கலாம். அப்பளக் கட்ட கொஞ்சம் பெரிசாப் பாத்து வாங்குங்க.. ஜவ்வரிசி சேமியாவோட, கிஸ்முஸ் முந்திரிய மறந்துராதீக.. ஏலக்கா முக்கியம்பா..' இதத்தே ஜாடிக்கேத்த மூடிம்பாக போல்ருக்கு.

அப்பா சும்மாரந்து ஆரும் பாத்ததல்ல கொஞ்சம் ரெஸ்ட்டு கெடச்சாலும் செத்த தூங்குவாங்கன்னு கண்டம்.. ஆனா அப்பா அடுத்த நுமுசத்திலயே ஒரு பொஸ்தகத்தக் கைல எடுத்துக்குவாரு.. ஒண்ண முடிச்சா இன்னொண்ணு.. அத முடிச்சா வேறொண்ணுன்னு மாறி மாறி அவரு கைல பொஸ்தகங்க இருந்துக்கட்டே இருக்கும்.

தாம் படிக்கிறதோடயும் அவரு சும்மா இருந்துட மாட்டாரு. மித்தவங்களயும் இதப் படிங்க.. அதப்படிங்கம்பாரு. நிர்ப்பந்தம் போலவும் தெரியாது. கொஞ்சம் நெருக்கமாகச் சொல்ற மாதிரியும் இருக்கும்.

அப்பா கெஞ்சுறதுக்காவது ஒண்ணப் படிக்கணும்னு எங்களுக்குத் தோணும். ஆனாலும் டிவி பாக்கவும், செல்ல நோண்டவுமே நேரம் பத்தாம இருக்கு. இதுல எங்குட்டுப் படிக்கிறது? அப்பா பாவம்கிறதுக்காகப் பொஸ்தகத்தக் கைல எடுத்தாலும் அது சின்னதுன்னாலும் பெரியதுன்னாலும் பாறாங்கல்லாக்கனக்குது.

அம்மாவுக்குன்னா வேகாளம் வந்துடும் வழக்கம் போல, 'ஒங்கள மாதிரி ஊணு ஒறக்கமில்லாமப் படிக்குறது.. ஊரச் சுத்துறதுன்னு நாங்களும் இருந்தம்னா சோறுதண்ணி ஆக்குறது ஆரு? துணிமணி தொவைக்குறது ஆரு? வேன்னாச் சொல்லுங்க.. அம்புட்டையும் பாக்க ஒரு வேலக்காரியப் போட்டுக்கிட்டு நம்ம சௌரியத்துக்கு அலபடுவம்பா.

வேகதாகமாச் சொன்னாலும் எப்பவும் போல அவளோட மனசு மாறிடும். அப்பா கிழிச்ச கோட்டத் தாண்டாதவள்லியா மேக்கொண்டு வம்பிழுக்காம லேசாச் சிரிச்சுக்குவா.

அப்பா மொகம் வாடக் கூடாதுன்னு அவரு லைப்ரரியிலர்ந்து எடுத்தார பொஸ்தகங்கள அம்மா நோட்டமிடுவா. அப்புடியே அஞ்சுவரி பத்துவரின்னு உள்ள போயி ஒண்ணு ரெண்டு கதைகள முழுசாவும் படிச்சிருவா. வெளக்கமுங் கேப்பா.

அப்பா கஜினிமொகமது மாதிரி பெருமையோட அம்மாவப் பாப்பாரு. அவ கேக்குற ஒவ்வொண்ணுக்கும் பொறுமையா பதில் சொல்வாரு.

அடிமேல அடிவச்சா அம்மியும் நகரும்கிற மாதிரி எங்களையும் கொஞ்சங் சொஞ்சமாப் படிக்கத் தூண்டுனாரு. எங்களுக்கேத்த பொஸ்தகங்களாப் பாத்து எடுத்துட்டு வந்தாரு. அறிவியல், விஞ்ஞானக் கதைகள்னு அதுல நெறய இருக்கும். பொது அறிவ வளத்துக் கிட்டாத்தே பொழைக்க முடியும்பாரு.

அப்பக் கெடச்ச நண்பர்தே. இந்த சதாசிவம் மாமா. அவருக்கும் அப்பாவுக்கும் ரொம்பத்தே ஒத்துப் போயிடுச்சு. ஒருத்தரு டேஸ்ட்டு ஒருத்தருக்கு அப்புடியே வந்துருச்சு.

அப்பா ரெண்டு வாரத்துக் கொருக்க பொஸ்தகம் மாத்த லைப்ரேரிக்குப் போவாரு. அப்பல்லாம் கரெக்டா மாமா லைப்ரரில இருப்பாரு. அவருக்கும் அங்க குடியிருக்காததுதேம் பாக்கி.

இதுல வேடிக்க என்னான்னா அப்பா தேடுற பொஸ்தகம் மாமா கைல இருக்கும். மாமா தேடுற பொஸ்தகம் அப்பா கைல இருக்கும். அப்புடியே ஒண்ணுக்கொண்ணு தேதிய மாத்திக்குவாக. ஒலக அதிசயங்கள்ல இதுவும் ஒண்ணு போல்ருக்கு.

பொஸ்தகம் மாத்துரதோட. அவக ரெண்டு பேரும். ஆரோ எவரோன்னு போயிர்ரதில்ல. அப்புடியே பேச்சுக் குடுத்தாக. இது எப்புடி இருக்கு; அது எப்புடி இருக்குன்னு பேச்சுக வளந்துச்சு. நேர்ல பேசுறதோட போன்லயும் பேசிக்கிட்டாக. போன எடுத்தாலும் லேசுல கீழ வைக்க மாட்டாக. சாப்பாடு தண்ணி கூட மறந்து போயிடும்.

அப்புடியே வூடு வாசல்னு தேடிப் போற அளவுக்கு வந்துருச்சு. ஒறவு கொண்டாடி நெருங்குறவரைக்கும் போயிருச்சு. ஒருத்தர ஒருத்தரு பாக்காம இருக்க முடியாதுங்குற அளவுக்கு ரெண்டுவேரும் மாறிப் போனாக. இப்புடித்தே ஒருத்தரு வூட்டுக்கு ஒருத்தரு வெறுங்கையோட போகக் கூடாதுங்குற பழக்கமும் வந்துருச்சு.

மாமா புள்ளைக சேகருஞ் செல்வியுங் கூட தீமண்டப் பெருமைகளோட பொஸ்தகங்களப் பத்தியும் பேச ஆரம்பிச்சாக. அப்புடீன்னா அவகளும் படிக்க ஆரம்பிச்சுட்டாகன்னுதே அர்த்தம்.

செல்வி கிட்ட கூட என்னா படிச்சே.. ஏது படிச்சேன்னு கேக்கணும்.. அப்புடி அப்புடியே அவ மனசுக்குள்ள போயி ஒக்காந்துக்கணும். அப்பா மாமா மாதிரியே ஒண்ணுக்கொண்ணு பொஸ்தகங்கள மாத்திக்கணும்.

அப்பாவுக்குன்னா லைப்ரேரில லட்ச லட்;சமாக குமுஞ்சு கெடக்குற பொஸ்தகங்களப் பூராம் படிக்கணுங்குற போராச இருந்துச்சு. அதோட நிக்காம உள்ளூர், வெளியூர்னு போய் வாறப்பயெல்லாம் காசு போட்டும் பொஸ்தகங்கள வாங்கிட்டு வந்து சேத்தாரு. தடுக்குனா பொஸ்தகங்க மேலதே வுழுகணும். ஒப்புடி சப்புடி பண்ணி அம்மா அசந்து போவா.

அக்கம் பக்கத்துல குடியிருக்கவுக கூட சொல்வாக, ‘ஓம் புருஷ மருந்து மாத்திரைக வுத்துக் கெடைக்குற காசையெல்லாம் பொஸ்தகத்துல வுட்ருவாருன்னு. ஆனாலும் அம்மா அப்பாவ வுட்டுக் குடுக்க மாட்டா. ‘ஏ வூட்டுக்காரு குடிக்கிறாரா கூத்தடிக்கிறாரா.. வேறேதும்; செலவு பண்றாரா.. பொஸ்தகந்தானே வாங்குகிறாரு. இந்த நல்ல பழக்கத்துனாலதே நாங்க வேற

ஆடம்பரச் செலவு இல்லாமச் சந்தோஷமா இருக்கோம்பா.' வந்தவுக வாயப் பொத்திக்கிட்டுப் போயிடுவாக.

சதாசெவம் மாமாவும் அப்பாவும் பொஸ்தகங்களப் படிக்கிறதோட நிக்கிறதில்ல. அதுல வாற எடங்களுக்கும் போயிட்டு வந்தாக.

ஒரு தடவதே பொறக்கப் போறோம். ஒரு தடவதே இருக்கப் போறோம்.. அதுக்குள்ள முடிஞ்ச அளவுக்கு எல்லாத்தையும் பாத்துரணும்கிற ஆச ரெண்டு வேருக்கும் இருந்துச்சு.

வெளிநாடுகளுக்குத்தேம் போக முடியல உள்நாட்லயாவது ஒண்ணு விடாமப் பாக்கணும்னு ரெண்டுவேரும் பேசிக்குவாக.. இதுல எங்களுக்கும் லக்கி அடிச்சது. ஆல் இன்டியா டூர் அது இதுன்னு போனா எங்களயுங் கூப்பிட்டுப் போனாக.

அப்புடியே, ரயில்லயும், பஸ்லயும் மாறி மாறிப் போறது அம்புட்டு ஜாலியா இருக்கும்.

அப்புடித்தே நாங்க தாஜ்மகால் உட்பட பாத்தோம். காஷ்மீர்லர்ந்து கன்னியாகுமரி வரைக்கும் போனம். இதுல முக்கியமானது என்னான்னா. ஒரு டூர் முடிய மறு டூருக்கு ரெண்டு வூட்லயும் காசு சேமிக்க ஆரம்பிச்சிருவம். வருஷக் கடைசீல அது மொத்தமாச் சேந்து ஈஸியா வண்டி புடுச்சிட்டுப் போயிருவம்.

எப்பவுமே அப்பாவுக்கு, 'அறிவை விரிவு செய்! அகண்டமாக்கு! விசாலப் பார்வையால் விழுங்கு மக்களை'ங்குற பாரதிதாசன் கவித ரொம்பப் புடிக்கும். இந்த வரிகள வூட்லயும் பெரிசா எழுதிப் போட்ருக்காரு. இதுல வேடிக்க என்னான்னா ஈயடிச்சாங் காப்பி மாதிரி மாமாவும் அவரு வூட்ல எழுதிப் போட்ருக்காரு.

அப்படியெல்லாம் இருந்த அப்பா செத்துப் போனத நெனச்சாலே ஒடம்பெல்லாம் நடுங்குது. ஊரு ஒலகத்தவே நேசிச்ச அவரோட சாவுக்கு ஒத்தக் குஞ்சு வரல. வரவும் அனுமதியில்ல. ஆனாலும் குடும்பத்துல ஒருத்தர்னு சொல்லி மாமா வந்துருக்கலாம்.

அம்புட்டு சீரிஸா இப்பவோ அப்பவோன்னு மூச்சு வாங்கிக்கிட்டு கவர்ன்மெண்ட் ஆஸ்பத்திரீல கெடக்காரு அப்பா. கையி காலு ஒடம்பு மூஞ்சின்னு அம்புட்லயும் என்னென்னமோ மாட்டிருக்காக. எங்களயுங் கூட முழுசாப் பாக்கவுடல. ஒரு ஊரு அளவுக்குப் பெருசா இருக்கிற ஆஸ்பத்திரி மயான பூமி போலக் கெடக்கு.

நிமிஷத்துக்கொருக்க அலறிக்கிட்டு வாற ஆம்புலன்சுகள்ல ஆளுக அடிபட்டுத் தொவபட்டு வாறாக.. பொணமாப் போறாக.. உசிரக் கைல புடிச்சுக்கிட்டு நாங்க ஒண்ணும் புரியாம முழிக்கிறோம். ஆந்த வாத்த சொல்ல மாமா வருவார் வருவார்னு தவியாத் தவிக்கிறோம்.

அப்பாவ விட மோசமா ஒடம்பப் பூராம் மூடிக்கிட்டு ரெண்டு கண்ணுக மட்டும் தெரியுறது மாதிரி மாஸ்க்குகளப் போட்டுக்கிட்டு, டாக்டர்களும் நர்சுகளும் தீயாப் பறந்துக்கிட்டிருக்காக.. பாக்கப் பாவமாருக்கு.. அவக மட்டும் இல்லேன்னா பொணக்காடுக இன்னம் ஜாஸ்தியாயிருக்கும்.

அம்புட்டுப் பேரும் மொகமூடிக போட்ருகறதுனால ஆருவாராக ஆரு போறாகன்னு கண்டு புடிக்க முடியல. உத்தேசமாத்தே ஒருத்தரப் பாக்க முடியுது. அதுவும் வேறாளாவும் போயிடுது.

வண்டி வண்டியாப் பேசுனதுக்கு.. இப்ப ஒத்த வாத்த பேச மாமா வர மாட்டாரான்னு அப்பா துடியாத் துடிக்கிறாரு.. மாமா நெனப்புல தொண்டக் குழி கூட ஏறி எறங்குது. தூக்குமேடக் கைதிக்குக் கூட கடைசி ஆசன்னு ஒண்ணு கேக்க வாய்ப்பு கெடைக்கும். அப்பாவுக்கு அது கூட இல்ல.

நெலமயச் சொல்லி பத்துதரம் போட்டாலும் மாமா போன எடுக்கல. அத்தயும் எடுக்கல. செல்வியும் சேகரும் இருக்காகளா இல்ல அவகளும் கொரானாவுல போய்ச் சேந்துட்டாகளான்னு தெரியல.

கட்டக் கடேசீல அப்பா செத்துச் சுண்ணாம்பான பொறகுதே மாமா தலயக் காட்றாரு.. அப்பல்லாம் அப்பாவோட பொணங் கூட இல்ல.. உசிர வுட்டதும் பேருக்குக் கண்ல காட்டிட்டு ஊருக்கு வெளிய எங்கயோ ஆஸ்பத்திரி வண்டியிலயே தூக்கிக்கிட்டுப் போயி, புல்டோசர்ல குழியத் தோண்டி நாய விட்டெறிஞ்சது மாதிரி எறிஞ்சுட்டு வந்துட்டாக.

ஊரெல்லாம் ஒறவு மனுஷப் பொறப்பே அதிசயம்னு கொண்டாடுன அப்பாவோட சாவு கடைசிக்கு இப்புடி ஆயிடுச்சு.

பொறுத்துப் பொறுத்துப் பாத்துட்டு இப்ப அம்மா உடும்புப் புடியாப் புடுச்சிக்கிட்டா..

‘ஏலே.. இவனே ஒன்னயத்தான்டா.. ஒந்தோதுக்கு ஒண்ண மனசுல போட்டு ஒழப்பிக்கிட்டு கொறக்கிறுக்கனா அலஞ்சா எப்புடி? என்னா எவடம்னு நின்னு நெதானிச்சுக் கேக்கணும்டா.

காலம் எப்புடிக் காலம்? நேரம் எப்புடி நேரம்? நாம மட்டுமில்ல ஊர் ஒலகமே அந்தக் கொள்ள நோயுல சிக்கிச் சீரழிஞ்சு சின்னா பின்னமாகிக் கிட்டிருந்தப்ப ஒங்கப்பா செத்துப் போனாரு.

ஊரடங்குன்னா ஊரடங்கு அப்புடி ஒரு ஊரடங்கு. ஏ ஆயுசுல அப்புடி ஒண்ணப் பாத்ததில்ல. போர்க் காலங்கள்ல போட்டாகன்னு கேள்விப்பட்டிருக்கே.. ஆனா அதுங் கூட இப்புடிக் கொடுமயா கோரமாக இருந்துருக்குமான்னு தெரியல. வெளியில தல காட்டுனாலே சுடணும்கிற அளவுக்கு நெலமை முத்திருச்சு.

அதிலயும் பாவம்! அந்த அண்ணே எப்புடியோ கேள்விப்பட்டு அந்த அர்த்தராத்திரீல பொறப்பட்டு வந்துக்காரு.

கண்லு வெளக்கெண்ணய வுட்டுக்கீட்டு அலையுற போலீஸ் வுடுமா? பைக்கோட புடுச்சுட்டுப் போயிருச்சு. அவசரத்துல அந்த அண்ணங்கிட்ட ஒரு ஆதாரமும் இல்ல. ஒரு மருந்துச் சீட்டு கூட இல்ல.

விடிய விடிய ஸ்டேஷன்ல வச்சிருந்துட்டு விடிஞ்சப் பொறகுதே எழுதி வாங்கிட்டு வுட்டுருக்காக.

அவரு புடிபட்டது தெரிஞ்சதும் அவரு குடும்பமே நெல கொலஞ்சு போயிருச்சு. எதையும் மூளையில ஏத்திக்கிற நெலமயில அவகளும் இல்ல.

அதுக்கப்பறம் அந்த அண்ணே தட்டுத் தடுமாறி இங்க வந்து சேர்றதுக்குள்ள எல்லாம் முடிஞ்சு போச்சு.’

அம்மா அப்பாவப் போல மேமூச்சு கீமூச்சு வாங்குறா. அவளுக்கு ஒண்ணும் ஆயிரக் கூடாது.

மேக்கொண்டும் அம்மாவே பேசுறா. ‘இனிமே நீதாண்டா எல்லாத்துக்கும் முன்னாடி நிக்கணும்.. குடும்பத்துக்கு மூத்தவன் இல்லியா? ங்கொப்பா ஸ்தானத்துலர்ந்து சதாசெவம் அண்ணே வந்தா, ‘வாங்க மாமா எப்புடி இருக்கீங்கன்னு கேக்கணும். பழய மாதுரியே அண்ணியும், புள்ளைகளும் வந்தாலும் ஆர்வமா

வாங்க.. ஒக்காருங்க.. சாப்புடுங்கன்னு மொகம் வாடாம ஒபசரிக்கணும் ஒங்கப்பாவோட ஆத்மா அதத்தே விரும்பும்.

எனக்கென்னமோ சதாசெவம் அண்ணனப் பொறுத்தவர ஒங்கப்பாவோட கத முடிஞ்சுருச்சுன்னு நெனக்கிறவரில்ல இனிமேதா கதயே ஆரம்பமாகப் போகுது.

அம்மா வாயடங்காமப் பேசிக்கிட்டே போறா.. செத்த எடவெளிவுட்டாலும் நா ஊட புகுந்து கெடுத்துருவேங்குற அச்சம் அவளுக்கு இருக்கும் போல.

வதிலுக்கு வதில் பேசாம நா அமதியா இருக்கிறதப் பாத்து கொஞ்சம் நம்பிக்க வந்தது மாதிரி திரும்பித் திரும்பிப் என்னயப் பாத்துக்கிட்டே வேகமா சமயலறைக்குப் போறா.

காலைலர்ந்து அம்மா எதை எதையோ வாங்கச் சொன்னா. மறந்ததத் தம்பிய வுட்டும் வாங்கிட்டு வரச் சொன்னா. லிஸ்ட்டுப் போட்டு ஒவவொண்ணும் சரியா இருக்கான்னும் பாத்துக்கிட்டா.

அப்பா எறந்த இந்த ஒரு வருஷத்துல நாங்க பத்தியக் கஞ்சி, மாதிரிதே குடிச்சுக்கிட்டிருக்கோம். அவர வுட்டுட்டு நாங்க ஒரு நா கூட நல்ல கஞ்சி குடிச்சதில்ல. அப்புடி இருக்க இனிமே யாருக்காக இந்த தடபுடல்னு தெரியல.

ஓசிச்சுப் பாத்தா ஒண்ணு மட்டுந் தெரியுது. முந்தி சதாசிவம் மாமா குடும்பத்தோட விருந்துக்கு வந்தப்ப அப்பாவும் அம்மாவும் கலந்து பேசி இதெல்லாம் வாங்கச் சொல்லீருக்காக.

- செம்மலர் - 2022

14

கண்ணாடி

ஒரு பித்தானை ஏற்றியும், ஒரு பித்தானை இறக்கியும் பூட்டியிருந்தாள். கவுனின் மேல் பகுதியில் கிழிசல் இருந்தது. ஒன்றையே பல நாட்களாகத் துவைத்துத் துவைத்துப் போடுவதாக இருக்கலாம். ஒன்றுக்குப் பலவாக துணிகள் இருக்க வாய்ப்பில்லைதான்.

'என்னா ரோட்டுப் பக்கம்?.. அம்மாவுக்குத் தெரியாம வந்துட்டியா?..' என்று கேட்டான்.

அந்தச் சிறுமியின் கண்களில் நீர்; வடிந்தது. 'அம்மா சோப்பு வாங்கியாரச் சொல்லி.. அஞ்சு ரூபா குடுத்துச்சு மாமா... எங்குனயே வுழுந்துருச்சு.. மாமா... வாங்காமப் போனா அம்மா அடிக்கும்.. மாமா..' மூச்சுக்கு முந்நூறு 'மாமாக்கள்' போட்டாள்.

மனசு பதைத்தது. துழாவி எடுத்தாலும் அஞ்சு ரூபாய் தேறாது. சோப்புடன் போகாவிட்டால் தங்கை துவட்டி எடுத்து விடுவாள்.

மினி பஸ் வீதியின் கடைசி வரை சென்று திரும்பிக் கொண்டிருந்தது. ஒடுக்கமான வீதி வீட்டின் படிக்கட்டுகளில் ஆட்கள் ஏறிக்கொண்டால் தான் பஸ்ஸில் அடிபடாமல் தப்பிக்க முடியும்.

ஒதுங்கி நிறுத்தி பிள்ளையின் பட்டனைச் சரி செய்தான். அழுகையில் மூக்கு வடிந்திருந்தது. தோள்த் துண்டால் துடைத்து விட்டான்.

மூக்கன் கடை திறந்திருந்தது. அவன் ஒருவனிடம் தான் ஒரு நாள் பொறுத்திருக்குமாறு கடன் வாங்க முடியும். ஒன்றாக ஐந்தாவது வரை ஒரே டெஸ்க்கில் இருந்தவன். அதற்காக அந்த ஒரு நாள் தாக்குப் பிடிப்பான். மறுநாள் வீட்டிற்கே ஆள் அனுப்பி விடுவான்.

'காசத் தொலச்ச மாதிரி சோப்பயும் எங்குட்டும் விட்ராத.. அப்புறம் இன்னொரு சோப்பா நெனச்சு ஒங்கம்மா ஒன்னயத் தொவச்சு எடுத்துருவா..'

பள்ளிக்கூட மதிலில் சாய்ந்திருந்த சைக்கிளை எடுத்துக் கொண்டு கரும்புச் சோகை ஒடிக்கக் கிளம்பினான்.

ரயில்வே லைன் பூராவும் பீக்காடாகி விட்டது. அகல ரயில்பாதைத் திட்டத்திற்காக ரயிலை நிறுத்தியது தான் தாமதம்; ஆணும் பெண்ணுமாய்த் தண்டவாளத்தில் குத்த வைத்து விட்டார்கள்.

நரகலிலும் விழுந்து விடாமல், இருப்புப் பாதையிலும் சரிந்து விடாமல் சாகசமாய்ச் சைக்கிள் ஓட்டுவது கைவந்த கலை ஆகிவிட்டது.

கரும்புச்சோகை ஒடித்துக் கனதியாக ஏற்றிக் கொண்டு சைக்கிள்கள் போக வர ஆரம்பித்திருந்தன.

இருப்புப் பாதையின் இரு மருங்கிலும் கரும்புத் தோட்டங்கள் அணிவகுத்திருந்தன. கால்ச் சராயும், தலைத்துண்டும் கை வரை முரட்டுச் சட்டையுமாக ஆட்கள் கரும்பு வெட்டிக் கொண்டிருந்தனர்.

'ஏம்பா வேலு... எங்க கெளம்பிட்ட.. இங்க ஒடிக்க வேண்டியதுதானே..' தோட்டத்துக்குள்ளிலிருந்து ஒரு குரல் எழும்பி வந்தது.

கந்தன் வெட்டிச் சாய்த்துக் கொண்டே இவனைப் பார்த்தான்.

'ராமசாமியண்ணேந் தோட்டத்துக்கு ஒடிக்க வாரேன்னுட்டே.. நாளைக்கு வேன்னா இங்க ஒடிக்க வாறே..'

மாடு, கன்றுகள் வைத்திருப்பவர்களுக்கு இந்தத் தீவனங்கள் தான் ஆதாரமாயிருந்தன. ஒடிப்புக் கூலியாக சோகை கிடைத்து விடுகிறது. தோட்டத்துக்காரர்களுக்குத் தசை கூலியின்றிக் கரும்பும் சேர்ந்து விடுகின்றது.

இதற்காக ஊரெல்லாம் சொல்லி விடுகிறவர்களும் உண்டு. கிராக்கியாக ஒடிக்க வருகிற மாட்டுக்காரர்களும் இருந்தார்கள்.

ஒரு வகையில், தீவனம் ஓசியாக வந்து விழுந்தாலும், மாடு வளர்ப்பது ஒன்றும் அத்தனை எளிதானதாக இல்லை. வெறும் சோகைக்கும், பச்சைத் தண்ணீருக்கும் பால்மாடுகள் பீச்சி அடித்து விடுவதும் இல்லை. பசியாறிக் கொள்ளும்; அவ்வளவு தான். பொறுக்கப் பால் வேண்டுமென்றால், தவிடு, புண்ணாக்கு, டஸ்ட் இத்யாதிகள் என்று கொழகொழப்பாய் இறக்க வேண்டும்.

தவிடு பார்த்து, புண்ணாக்கு பார்த்து நேரத்திற்கு சோகை ஒடித்துப், புல், புளிச்சிகள் தேடி பாடு பார்ப்பதற்குள் மாடு சும்மாடாகி விடுகிறது.

வீரம்மாள் இதற்கெல்லாம் மசிகிறவளாய் இல்லை 'வாயிருந்தா வாழு மகளே.. வாயில்லா விட்டால் வந்திடு மகளே..' என்று அவள் பாட்டுக்குக் காடு கரை என்று வேலை வெட்டிகளுக்கு ஓடிக் கொண்டிருந்தாள்.

'சீல துணி மணி வோரம் பாத்துட்டே.. பொட்டிக் கட வச்சுட்டே.. காய்கறி வண்டி தள்ளிட்டே.. கட்டட வேலைக்கும் போயிட்டே.... கட்டக் கடேசீல மாடு கண்ணப் பாக்குறேன்னு வந்து நின்னுட்டே.. வகுசியா மில்லு வேல பாத்து ராஜாவாட்டம் இருந்துட்டு அது போனப்புறம் இப்புடி சீப்பட்டுச் சின்னக் கழுத மேல ஏறிட்டியே..' புருஷனை ஒரு வாரு வாராமல் அவளுக்கு ஒரு நாள் பொழுது கழிவதில்லை.

வீரம்மாளிடம் ஒரு கம்பீரம் இருக்கிறது. பதின்மூன்று வயதில் கொத்தெடுத்தவள். இதோ நாற்பது வயதாகிறது. ஓரே சீராகக் களை கண்ணிகளுக்குப் போய்க் கொண்டிருக்கிறாள். தலைவலி, காய்ச்சல் என்று கூடப்படுத்ததில்லை. 'ஓடம்பு ஓஞ்சு கெடந்தா ஒண்ணுக்கு ரெண்டா நோய் தொத்திக்கிரும்..' என்பாள்.

'செஞ்ச தொழில விட்டவனுங் கெட்டான்.. செய்யாத தொழிலத் தொட்டவனுங் கெட்டான்னு சும்மாவா சொல்றாங்க..' வீரம்மாள் நாளுக்கு ஒரு பழமொழியை உதிர்க்கிறவளாகிவிட்டாள்.

சோகை ஒடித்துத் திரும்புவதற்குள் பத்து பணி ஆகி விட்டது. மறுபடியும் பள்ளிக்கூடச் சுவரருகில்; பார வண்டியைச் சாத்தினான். துழாவி எடுத்ததில் நான்கு ரூபாய் இருந்தது. ஒரு டீ குடிக்கத் தேறும். இன்னும் இரண்டு ரூபாய் இருந்தால் ஒரு வடை சாப்பிட்டுக் கொள்ளலாம். வயிறு தீயாய்க் காந்தியது.

சுற்று முற்றும் ஆள் பார்த்துத்தான் டீக் கடைகளுக்குள் நுழைய முடிகிறது. டீயை வாங்கிக் கொண்டாலும் நேராக உள்ளே சென்று சாப்பிடுகிறவர்கள் மத்தியில் தான் உட்கார முடிகிறது. அவர்கள் ஏற்கனவே சாப்பிட்டுக் கொண்டிருப்பதால் தனக்கொரு செலவை வைக்கப் போவதில்லை.

'டீ தானே வெளியே நின்னு குடிக்க வேண்டியதுதான.. சாப்புடுறவகளுக்கு எடமில்லாமப் போயிடும்..' ஹோட்டல் சின்ராசு பலமுறை சொல்லி இருக்கிறான்.

தெனாவட்டாக நின்று டீ குடித்த காலங்கள் மலையேறி விட்டன. முன்பெல்லாம் மில் சம்பள நாட்களில் உடன் சேர்ந்து டீ குடிக்க, டிபன் பண்ண ஆள் தேடி இருக்கிறான்.

'வேணும்கிறதக் கேட்டு வாங்கிச் சாப்டுங்க..' என்று திண்ணக்கமாய்ச் சொல்லியிருக்கிறான்.

அது ஒரு காலம். தேனியில் டெக்ஸ்டைல் மில்லில் வேலை பார்க்க கிராமம் கிராமமாய் ஆட்களைத் தேடிப் பிடித்ததில் இவனும் கிடைத்தான்.

மில் வேலை ஆபீஸர்; வேலை போல் அன்று இருந்தது. கிராமங்களில் ஆச்சரியப்பட்டார்கள். 'மாசம் ஒரு தேதின்னு கணக்கு வச்சு மொத்தமாச் சம்பளம் தாராகளாம்.. ஷிப்டுன்னு ஏதோ சொல்றாக.. அது வாரா வாரம் மாறுமாம்.. தகினி தகினியா வேல செஞ்சாப் போதுமாம்..'

மாமா ஒற்றைக் காலில் நின்றுதான் வீரம்மாளைக் கட்டிக் கொடுத்தார். படித்த பெண்கள் மில் வேலை பார்க்கிறவர்களுக்கு சாதாரணமாகக் கிடைத்த வேளையில், சொந்தம் விட்டுப் போகக் கூடாது என்று அம்மாவும் வேறு வழியின்றிச் சம்மதித்தாள்.

மில்களின் காலம் போய், அவை கோடவுன்களாகவும் ஷாப்பிங் காம்ப்ளக்ஷ{களாகவும் இன்று மாறிவிட்டன. ஐந்து, பத்தாக ஆட்களைக் குறைத்து வந்தார்கள். பிறகு ஒரேயடியாக எல்லோரையும் வீட்டுக்குப் போகச் சொல்லும் நிலையும் வந்தது. இறக்குமதி அதிகம் வந்து விட்டது. ஏற்றுமதி ஒரேயடியாய் நின்று போனது; இதனால் மில்களில் மெஷின் சக்கரங்களும் நின்று விட்டன என்று புரியாத கதைகளைச் சொல்லிக் கொண்டிருந்தார்கள்.

'ஏம்பா.. சோகையோட சைக்கிள ஆரு இங்க சாத்துனது?.. பள்ளிக் கொடத்துக்குப் புள்ளைக போய் வர வேணுமா? வேணாமா? ஒராள் நிறுத்துனா ஊரே வந்து நிறுத்துமே.. எடுங்கப்பா..?' வாட்ச்மேன் சத்தம் கொடுத்தார்.

'இந்தா வந்துட்டேங்க..' என்றபடி இவன் கேட்டருகே போனான்.

இடைவேளை மணி அடித்தது. கேட்டுக்கு வெளியே சிறு வியாபாரம் செய்பவர்கள் முண்டியடித்துக் கொண்டு போனார்கள்.

'அப்பா.... அப்பா...' பையனும், பெண்ணும் கம்பிகளில் முகம் புதைத்து அழைத்தார்கள்.

'என்ன கண்ணுகளா... சாப்ட்டீகளா?' இவன் கேட்டான்.

'இப்ப ஒண்ணுக்குத்தான வுட்ருக்காகப்பா.. பெறகாட்டைக்குத்தே சாப்ட மணி அடிப்பாக... டயம் பாத்து இதெல்லாம் தெரிஞ்சுக்கவேணாமா? மக்கு அப்பா..' மூத்தவன் முத்துமணி டவுசரை ஏந்திப் பிடித்துக் கொண்டு சொன்னான்.

'அப்பா ஏதாச்சும் வாங்கித் திய்ங்க காசு தாப்பா..' செல்வி சட்டையைப் பிடிக்காத குறையாய் கம்பிகளுக்கு வெளியே கைகளை நீட்டினாள்.

தலைக்கு ரெண்டு ரூபாய் எடுத்துக் கொடுத்து விட்டு, 'வாங்கித் துன்னுட்டுப் போயிக் கவுனிச்சுப் படிங்க..' என்றபடி சோகை வண்டியை இழுத்து நகர்த்தினான்.

டீப் பட்டரையிலிருந்து குரல் கேட்டது. 'டீ போட்டாச்சப்பா.. வந்து எடுத்துக்க.. ஈ வுழுந்துரப் போகுது...'

காதில் விழாதவன் போல் இவன் பெடல் மிதித்து ஏறிக் கொண்டான்.

- செம்மலர் - 2012

15

இடைவெளி

வசூல் முயற்சியில் இது கடைசிப் பிரயத்தனமாகும். நேரமும் மாலை ஐந்து மணிக்கு மேலாகி விட்டது. அவர்கள் போட்டிருந்த லிஸ்டில் இன்னும் மூன்றே பேர் தான் பாக்கியிருந்தார்கள். இந்த மூவரில் இப்போது அவர்கள் பார்க்கப்போகிறவர் ஒரு பாக்டரி முதலாளி. நம்பிக்கையானவராய் ஆர்வமூட்டும் எண்ணங்களை உதயமாக்கிக் கொண்டிருந்தார். பல பொது நிகழ்ச்சிகளுக்கு இல்லையென்காமல் டொனேஷன் கொடுத்திருக்கிறாராம். கேள்விப் பட்டிருந்தார்கள். இவரிடம் குறைந்தபட்சம் ஐம்பத்தியொரு ரூபாயை எதிர் பார்த்தார்கள். மற்ற இருவரிடமுமாக ஐம்பதும் ஆக தங்களுக்கு இன்னும் அதிகபட்சம் தேவைப்படும் நூறு ரூபாயை மூவரிடமுமாய்க் கணக்கிட்டிருந்தார்கள்.

மறுநாள் மாலையில் அந்த நகரின் பிரதான பகுதியொன்றில் அவர்கள் 'பாரதி நூற்றாண்டு விழா' நடத்துகிறார்கள். இருபத்தைந்து வயதிலிருந்து முப்பதிற்குட்பட்ட அந்த நான்கு இளைஞர்களும் எந்நேரமும் நடந்து கொண்டிருப்பதில் உள்ளார்ந்த பிரியம் கொண்டவர்களைப் போல் தளதளப்பான ஒரு ஜல்லிக்கட்டுக் காளையின் துருதுருப்புடன் இருந்தார்கள்.

சில புத்தகங்களும், அதில் செருகப்பட்டிருந்த ‘டொனேஷன் புக்' குகளுமாய் அந்த பாக்டரியின் ஆபீஸ் அறைக்குள் அவர்கள் நுழைகையில் நிசப்தமே முன்னின்று அவர்களை வரவேற்றது.

விசாலமான அந்த அறையில் நாலைந்து மேஜைகளும் நாற்காலிகளும் பொருத்தமாய் போடப்பட்டு பார்ப்பதற்கு ஒரு நளினத்தை ஏற்படுத்துவதாயிருந்தன. அறை முழுக்கவும், வெங்கிடாஜலபதியும், கிருஷ்ணனும், லட்சுமி, சரஸ்வதி இத்யாதி தெய்வங்கள் அருள் பாலித்துக் கொண்டிருக்க நடுநாயகமாய் வீற்றிருந்தார் முதலாளி.

அழகிய பூவண்ணங்கள் பொலிந்த பிளாஸ்டிக் மேஜை விரிப்பில் பேரேடுகள் வெகுநேர்த்தியாய் அடுக்கப்பட்டிருந்தன. அறையை வியாபித்துச் சுழன்று கொண்டிருந்த காற்றாடியின்

வேகத்தில் அல்லாடிய பேப்பர்களை 'வெயிட்டு' கள் தற்காத்துக் கொண்டிருந்தன.

முதலாளியின் அருகே அமர்ந்து கொண்டு கட்டைபிரேம் கண்ணாடியில் கனத்திருந்த கேஷியர் இரும்புப் பெட்டியைச் சதாவும் திறந்து மூடிக்கொண்டிருந்தார்.

பிற மேஜைகளின் பால் அமர்ந்து கொண்டு 'கணக்கு'களில் மூழ்கியிருந்தவர்கள் ஃபேண்டும், வேட்டிகளும் சர சரக்க அவர்கள் உள்ளே நுழைந்ததை உணர்வில் இருத்தாதவர்கள் போல் தங்கள் வேலைகளில் 'இரண்டறக்' கலந்திருந்தார்கள். அப்புறம் முதலாளி தலையை நிமிர்த்தியதன் மூலம் தங்கள் வருகை கவனத்திற்குள்ளாகியிருக்கிறது என்கிற தெம்பில் அவர்கள் நால்வரும் அவரது அகன்ற மேஜையைச் சமீபித்தார்கள்.

முதலாளியின் பார்வை முதற்கண் அவர்கள் கையில் சிறைப்பட்டிருந்த புத்தகங்களை ஊடுருவி, பின் நலிந்து, முகம் கோணி மறுகணத்தில் ஒரு சூட்சுமப் புன்னகையைத் தேக்கிக் கொண்டு நின்றது. 'ஒக்காருங்க... என்ன சமாச்சாரம்?' ஒரு குகைக்குள்ளிலிருந்து எழுவதைப் போல் மெலிதான எதிரொலி பரப்பி அவர்குரல் வந்தது.

ராஜு, முதலாளிக்கு நேரெதிராய்க் கிடந்த நாற்காலியில் அமர்ந்து கொண்டு புன்னகைத்தான். கணக்கெழுதிக் கொண்டிருந்தவர்கள் முதலாளியின் இணக்க உத்தரவைக் கேட்டுக் கொண்டவர்களைப் போல் தலையை நிமிர்த்தி இப்போது தான் அவர்கள் நால்வரையும் பார்ப்பதைப் போல் கண்களால் அளவெடுத்தார்கள்.

'பாரதி விழா நடத்துறோம்...!' புத்தகத்தை விரித்து நோட்டீசை எடுத்துக் கொடுத்த ராஜு, ஏனோ நண்பர்கள் மூவரையும் பார்த்தான். அவர்கள் அருகில் கிடந்த ஸ்டீல் சேர்களில் ஏற்கனவே அமர்ந்து விட்டிருந்தார்கள்.

'பாரதி விழாவா...? முதலாளியின் முகம் சுருங்கியது. திடீரென்று முகத்தில் நிலவிய ஒரு கடினமான பாவத்தை உள்வாங்கிக் கொள்ள முயன்றவராய் நோட்டீஸில் தலை கவிழ்ந்தார். மேலெழுந்த வாரியாய்ப் பார்ப்பவர் போல கணப்பொழுதில் உள்பக்கத்தைப் பிரித்தவர், பின் மடித்து பேப்பர் வெயிட்டின் கீழ் இருத்திக் கொண்டு மீண்டும் அவர்களை

வெறித்தார். அதில் ஒரு சந்தேகமும், அதிருப்தியும் பொல்லெனத் தெரிந்தது.

‘எத்தனை விழா எத்தனைக்குத்தே டொனேஷன் தர்றது?... பாரதிக்குத்தே சர்க்காரே விழா எடுத்துட்டாங்கள்ல இனியென்ன பாரதி விழா?’ அவர்கள் டொனேஷன் புக்கை நீட்டுவதற்கு முன்பாகவே சலித்துக் கொண்டார். கால்மேல் கால் போட்டுக்கொண்டதின் அறிகுறியாய் மேஜையின் கீழிருந்து தொடங்கிய உடலில் ஓர் அலட்சியமான அதிர்வு தெரிந்தது.

‘இது பாரதி நூற்றாண்டாச்சே! வருஷம் பூராவும் விழா நடத்துவாங்களே’ .. என்ற ராஜு, மேஜையில் முழங்கைகளை ஊன்றியபடி, ‘அது ஒங்களுக்குத் தெரியாதா?’ என்பது போல் அவரை நேராகப் பார்த்தான்.

‘ஏதாவது ஒரு எடத்துல விழா நடத்தனாப் போதாதா? எல்லாரும் விழா எடுக்கிறேன்னு ஏன் காசைக் கரியாக்கணும்?’ எரிச்சல் நிலையாகியிருப்பதை அவரது குரல் மேலும் வலுப்படுத்திக் காட்டியது.

ராஜுவுக்கு கொஞ்சம் சுருக்கென்றுதான் இருந்தது. கல்லில் நாருரிக்கின்ற வேலை இது என்று உணர்ந்த பின்பும் நிர்ப்பந்திக்கப்பட்டவனைப் போல் குரல் கொடுத்தான்:

‘எத்தனையோ வீண் செலவுகள் பண்ணிட்டு சந்தோஷத்தோட போறோம்... அந்த மகா கவிஞனுக்காக எத்தனை செஞ்சா என்ன? பேருக்கு ஒத்த எடத்துல நடத்துற விழாவோட அவருக்கான கடமைய முடிச்சுட்டோம்னு இருந்துட முடியுங்களா? முடிஞ்சா தெருத் தெருவா நடத்தணும்.’ பிரசங்கத் தொனியிலும் தன்னை அறியாச் சிறிவனாய்க் கருதி போதிப்பதைப் போலும் அவன் பேச்சு அமைந்ததும் கேட்கப் பிடிக்காத தோரணையில் முதலாளியின் முகம் சுருங்கிது.

‘சரி.. விழா நடத்துங்க.. நோட்டீஸ் குடுத்துட்டீங்கல்ல..’ தொடர்ந்து எதையோ சொல்ல நினைத்தவர் நிறுத்திக் கொண்டார். ‘சரி... ஒங்களுக்கு இனி இங்க வேலையில்லை... போகலாம்’ என்பது போல் அவரது பார்வை இருந்தது.

அவரின் ஒவ்வோர் அசைவின் பொருளையும் ராஜுவும் அவன் நண்பர்களும் உணர்ந்தே இருந்தார்கள். சமத்துவ சமூக அமைப்பில்

மனம் ஒன்றிச் செயல்பட்ட அவர்களுக்கு எங்கே எந்த அளவிற்கு முடித்துக் கொள்வது என்பதெல்லாம் தெரியாத விஷயமில்லை.

குமார் தன்னிடமிருந்த டொனேஷன் புக்கை ராஜீவிடம் நீட்டினான். ராஜீ அதை மேஜையின் மேல் வைத்து முதலாளியின் அருகே நகர்த்தினான் 'எனக்கு இதெல்லாம் பிடிக்கிறதில்ல. டெய்லி ரெண்டுபேர் யார் யார் பேரவோ சொல்லிட்டு வந்திர்றாக எல்லாருக்கும் எழுத ஆரம்பிச்சிட்டா தலையில முக்காடு போட்டுக்கிட்டுப் போக வேண்டியதுதா...' சுற்றிவளைத்து அவர் இதைச் சொன்னாலும் தங்களை நேரிடையாகத் தாக்கும் தன்மை அதில் இழையோடி வருவதை உணர்ந்த ராஜீவுக்கு ஆத்திரம் பொங்கியது.

'பாரதி யாரோ ஒருவனா? பாரதி நம் தேசத்தின் விடியலுக்காக உரமாய் நின்ற.. மகா கவிஞனய்யா!' என்று கத்த வேண்டும் போலிருந்தது. ஆனால் எல்லாம் விழலுக்கிறைத்த நீராகிவிடும் என்கிற நிதர்ஸன உண்மை நெருடியதால் 'எழுதுங்க..' என்று மட்டும் சொல்லிக் கொண்டிருந்தான்.

ஒரு ஐந்து நிமிடம் இந்த விதமான போராட்டத்தில் கழிந்தது. தன்னருகில் வந்து கிடந்த டொனேஷன் புக்கை இப்படியும் அப்படியுமாய்ப் புரட்டிஏதோ நினைவில் ஆழ்ந்திருந்த முதலாளி சட்டென்று நிறுத்தி பக்கங்களைப் புரட்டினார். அடியும் நுனியும் சிறுத்துப்போய் மிகக் குறைந்த பக்கங்களைக் கொண்டிருந்த அதில், இனியொன்றும் செய்வதற்கில்லை என்றுணர்ந்தவர் போல் எழுதத் துவங்கினார். அதே வேளையில் பத்துப்பேர் அடங்கிய குழு ஒன்று, திருநீற்றுப்பட்டை மினுங்க ஆபீஸ் அறைக்குள் நுழைந்தது.

முதலாளியும், அருகிலிருந்த கேஷியரும் கணக்குப் பிள்ளைகளும் ஏககாலத்தில் எழுந்து நின்று கொண்டு இதுவரை இருந்த இறுகிய முகங்களில் பிரகாசம் தேக்கிக் கொண்டு அவர்களை வரவேற்றார்கள். ராஜுவும், அவன் நண்பர்களும் சூழ்நிலையால் ஆகர்ஷிக்கப்பட்டவர்களாய் எழுந்து நின்று கொண்டு வந்தவர்களைப் பார்த்தார்கள்.

எல்லாருக்கும் முன்னால் வந்தவர் உடம்பைப்போல் அகன்று பருத்த முகத்தில் கறுப்புக் கண்ணாடி அணிந்திருந்தார். சுருள் சுருளாய் வட்டமிட்டிருந்த முடிகளின் மத்தியில் பளீரென்று ஒரு வழுக்கை தெரிந்தது. ஒரு கையிடுக்கில் நீல நிறப்பை

கனத்திருந்தது. முழுக்கைச் சட்டையுடன், நீளத் துண்டை வயிற்றின் குறுக்காய் விட்டு இன்னொரு கையிடுக்கில் இறுக்கியிருந்தார். கண்களும் மூக்கும், உதடுகளும் சமகாலத்தில் புன்னகைக்க விரும்பினாற் போல் ஒரு துடிப்புத் தெரிந்தது. பார்த்தவுடன் யாரும் மதித்து வரவேற்கும்படியான ஒரு தன்மை அவரில் இழையோடியது.

உடன் வந்திருந்தவர்களில் அவரின் நிலைப்பாடுகளையொத்த சிலரும், அதற்குச் சற்றே வித்தியாசப்பட்ட உடைபாவங்களில் சிலருமாய்க் கலந்திருந்தாலும் பொதுவாகவே அவர்களுள் ஒரு ஒற்றுமைமையக் காண முடிந்தது. மேஜைகளிலிருந்து எழுந்து வந்த இருவர் ஒரு மந்திரியை உபசரிக்கும் பதற்றத்துடன் சேர்களைச் சரிசெய்து போட்டார்கள்.

‘இருக்கட்டும்.. இருக்கட்டும்.. நாங்க ஒடனே போகணும். ஆள் நெறையா இருக்கோம் பாருங்க! எல்லாருக்குமா சேர்களைப் போட்டு ஒக்கார்றதுக்குள்ளே பல எடங்களுக்குப் போயிடலாம் பாருங்க..' தமது அவசரத்தையே நாசூக்காய்த் தெரிவித்தார் நீலநிறப்பை மனிதர்.

‘மொதல்ல ஒக்காருங்க நாராயணன். ஒங்களப் பாத்துப் பேசணும்னு நெனைச்சுக்கிட்டிருந்தேன்... நல்ல வேளையா வந்துட்டீங்க..' வெகுநாள் பழகிய தோரணையுடன் குதூகலமாய் கூறிய முதலாளி, ராஜு உட்கார்ந்திருந்த சேரில் நீலநிறப்பை மனிதர் நாராயணன் அமர்ந்த பின் தானும் உட்கார்ந்தார்.

‘இன்னொருநாள் சாவாகாசமா பேசுவோம் ரெங்கநாதன்.. நானே தனியா வர்றே.. நெறைய வேல கெடக்கில்ல.. ஒங்களுக்குத் தெரியாததா?' என்ற நாராயணன் ‘அப்புறம் நா சொல்லியிருந்தேன்ல?...' என்று இழுத்தவராய் கைப்பையைத் திறந்தார்.

முதலாளியின் முகத்தில் இன்னும் ஆர்வம் குறையவில்ல. அடிக்கட்டை கனத்தும், மேல்கட்டை இளைத்தும் போயிருந்த டொனேஷன் புக்கொன்று அவர்கைக்கு மாறியது.

சற்றும் தயக்கம் காட்டாமல் டொனேஷன் புக்கைத் திறந்து சரசர வென்று பேனாவால் அதில் கிறுக்கினார். எந்த விதமான ‘பிகு’விற்கும் யாரும் இடம் கொடுத்துக் கொள்ளவில்லை. எல்லாம் திட்டமிட்டாற்போல் அங்கே நிகழ்ந்து கொண்டிருந்தன.

‘அப்புறம்... நீங்க அன்னிக்குக் காலையிலேயே வந்துடணும். நீங்க இல்லாம விழா இல்ல. தைப்பூசக் கமிட்டியில இந்த வருஷம் புதிய பொறுப்பு வேற ஒங்களுக்குக் கொடுக்க இருக்கோம்... ஆமா...’ அவசரமும் அதீதமும் கலந்த சிரிப்புடன் டொனேஷன் புக்கைக் கைப்பற்றிக் கொண்டு எழ எத்தனித்தார்.

‘ரத்தினம்... ஐயா கிட்ட ஒரு முந்நூற்றியொரு ரூபாய் கொடு’ என்று கேஷியருக்கு உத்தரவிட்ட முதலாளி பின் திடீரென்று ஏதோ ஞாபகம் வரப்பெற்றவரைப்போல் பரபரத்த கண்களுடன் மேஜையை வட்டமிட்டார். ராஜு கொடுத்திருந்த டொனேஷன் புக் கைக்குக் கிட்டியது. பத்துப் பேருக்கிடையில் மறைந்து நின்ற ராஜுவைத் தேடிப்பிடித்து ஆர்வமற்ற ஒருபார்வையை விடுத்தவராய், ஒரு ரசீதைக் கிழித்துக் கொண்டு டொனேஷன் புக்கை அவனை சைகையால் அழைத்து நீட்டினார்.

‘இங்க ஒரு பதினாறு ரூபாகுடு..’ என்று இறங்கி வடிந்த குரலில் சொன்னவர் சட்டென்று நாராயணன் குழாமைப் பார்த்தார். ‘இருங்க எல்லாரும் காபி சாப்பிட்டுப் போவீங்க.. ஏய் நாகராஜ்...’ என்று குரல் கொடுத்தார்.

பணத்தை வாங்கிக் கொண்டிருந்த நாராயணன். ‘இருங்க.. இருங்க.. கூப்பிடாதீங்க.. எங்களுக்கு ரொம்ப வேலையிருக்கு...’

‘இன்னம் நிகழ்ச்சிக்கு பத்துநாள் கூட இல்ல. கொறைஞ்ச பட்சம் ஐயாயிரம் ரூபா வசூல் ஆகாம ஒரு காரியமும் பண்ண முடியாது... ஒங்களுக்குத் தெரியாததில்ல...’ என்று அனுபல்லவியைப் பாடி தங்களின் உழைப்பைப் பகிரங்கப்படுத்திக்கொண்டவராய் நாற்காலியை விட்டு எழுந்து கொண்டார்.

அடுத்த சில நிமிடங்களில் தமது சகாக்களுடன், முதலாளியிடம் விடைபெற்றுக் கொண்டு புறப்பட்டார்.

ராஜுவும் அவன் நண்பர்களும் இப்போது அறையில் துல்லியமாய் நின்று கொண்டிருந்தனர்.

முதலாளியின் மனமறிந்த கேஷியர், இரும்புப்பெட்டியில் கால்மணி நேரமாய்த் துழாவி, ஒன்றும் இரண்டுமாய்ப் பதினாறு ரூபாய்க்கான தாள்களை எடுத்து ராஜுவிடம் நீட்டினார். அவற்றில் அழுக்கானதும் கிழிந்ததும் இருந்தன.

– செம்மலர் – 1983

16

எம்.ஜி.ஆர் பாட்டு

கடைசியில் நெஞ்சுச் சட்டையைக் கிழவியிடமிருந்தும், கொண்டை முடியைக் கிழவனிடமிருந்தும் மீட்பதற்கு முனியப்பனும் வேலாண்டியும் வந்து சேர்ந்தார்கள்.

'ஏ கூறுகெட்ட சின்னாத்தா.. மண்ட கழண்ட சின்னய்யா.. விடுங்க ரெண்டு வேரும்.. அட விடுங்கன்னா. காலம் போன கடைசீல என்னா காண்டு வேண்டிக் கெடக்கு.. அதே நாங்க வாறமுன்னோமில்ல.. அதுக்குள்ள இப்புடியா ஒண்ணுக்கொன்னு நாய்க பட்டுக்கிட்ட மாதிரி.. நல்லாருக்கா..'

இருவரையும் பிரித்தெடுத்து ஆளுக்கொரு திண்ணையில் உட்காரவைத்தார்கள். கிழவனை அணைத்துப்பிடிக்கிறாற் போல் முனியப்பனும், கிழவியின் கைபிடித்து இழுக்க ஏதுவாய் வேலாண்டியும் அமர்ந்து கொண்டார்கள்.

போயலை ஒதுக்கி ஒதுக்கி முனியப்பனின் கன்னக்கதுப்பு கழலை விழுந்தாற்போல் எம்பியிருந்தது. கண்கள் கொவ்வைச் சிகப்பாகி நீர் கோர்த்துத் தெரிந்தது. உருமாக்கட்டை அவிழ்த்து கள்ளி ஜிப்பா மேல் போட்டுக் கொண்டான். இன்னும் கூட பழைய மாடல் உடுப்புகளை அணிகிறவனாய் அவன் இருந்தான். வேட்டிக் கட்டு முழங்கால் வரை ஏறியிருந்தது. எழுந்து நின்றால் கணுக்கால் அளவுதான் வரும்.

வலது ஆட்காட்டி விரலையும், நடுவிரலையும் இணைத்து அந்தக் கால நாடோடி மன்னன் எம்ஜிஆர் மாதிரி மூக்கைத் தீற்றிக் கொண்டான். மீசை திருகலாக மேல் நோக்கி நின்றது. புருவங்கள் சுழித்து மைதீட்டினாற் போலிருந்தது. காவியேறிய பற்கள் வெளித்தெரிய அடிக்கடி ஏனோ புன்னகைத்துக் கொண்டான்.

வேலாண்டியின் முகம் மொங்கு மொகுடாக இருந்தது. கலர்க் கலராய் மைனர் சட்டை போட்டிருந்தான் டீ சர்ட் போல் கைகள் இறுகியிருந்தது. உட்கார்ந்த வாக்கில் பார்த்தால் முட்டிகள் இரண்டும் முகவாய்க் கட்டையை நெருங்கின. அரக்கப் பரக்க எழுந்தால் தலை தகரத்தில் தட்டும். அடிக்கடி கைலியைச் சுருட்டி

முழங்கால் வரை ஏற்றி விட்டுக் கொண்டான். அப்புறம் இறக்கி விட்டுக் கொண்டான். எதிலும் நிலை கொள்ளாத போக்கை அது பிரதி பலித்தது. சமயம் போல் மண் திண்ணையின் குழிவில் விரல் விட்டு ஓட்டையை மேலும் பெரிதாக்கிக் கொண்டிந்தான்.

'அப்ப ஓங்க ரெண்டுவேரு முடிவும் அதாம் போல்ருக்கு.. குடுமி பிடியப் பாத்தாலே தெரியுதில்ல.. பெறகு ஓசிச்சு.. நாங்க நல்லாப் பொழச்சோம்.. எங்கள ஏ அத்து வுட்டீங்கன்னு வந்துரக் கூடாது ஆமா..' முனியப்பன் கிழவனின் தோளில் பலமாய் இடித்தபடி தடிக்குரலில் சொன்னான். கிழவன் முனியப்பனை முறைத்தபடி தோளைத் தடவி விட்டுக் கொண்டான்.

'ஒண்ணுக்கொண்ணு வெலகிக்கிறதுக்குதே ஒன்னய மொகாமியா வச்சிருக்கம் முனியப்பா.. சேந்து பொழய்க்கிறதுக்கு நீ என்னா அண்ணாவி..' கிழவனின் நெஞ்சுக்கூடு ஏறி இறங்கியது. நாள்ப்பட்ட முகத்தில் நரைத்து அடர்ந்த மீசையைக் கீழ் நோக்கி இழுத்தான். பிறகு மேல் நோக்கித் திருகிக் கொண்டான். ஒருவித பைத்திய மனநிலையில் அவன் இருந்தான்.

'அது சர்த்தாம் பெர்சு.. அதான.. சேத்து வய்க்கிறதுக்கு நாங்க என்னா செந்துருக்கம்பூசுன ஆளுகளா.. அதோட ஓங்களச் சேத்து வச்சு இசுமப் படுத்த நாங்க ஆரு.. ஒடஞ்சு போன கண்ணாடிய ஆராளதே ஒட்ட வய்க்க முடியுஞ் சொல்லு.. தூக்கித் தூர எறிய வேண்டியதுதே..'

கிழவன் சடக்கென்று திரும்பி முனியப்பனை அந்யோந்யமாய்ப் பார்த்தான். 'இதேம் பேச்சுக்கு லட்சணம்ங்குறது.. கபால்னு முடிச்சுவிட்டுட்டு கட்டுன்னு மத்த ஜோலிகளப் பாக்கப் போங்க ராசாக்களா.. இனி ஒத்த நுமுசங் கூட இந்த ராக்காச்சியோட குடும்பம் நடத்த மாட்டே.. எனக்கு விடுதல வாங்கிக் குடுங்க தர்ம தொரைகளா..' விட்டால் காலைப் பிடித்துக் கொள்வான் போலிருந்தது.

தொய்யலான ரவிக்கையும், தொள தொள சேலையுமாய் அறுபதை எழுபதாகக் கொண்டிருந்த கிழவியின் கண்கள் குழியிலிருந்து மேட்டுக்கு வந்து சிவந்தன.

'ஆத்தத்தோ.. அய்யய்யோ.. ஓங் கூட வாழ அம்புட்டு ஆச பாரு.. தூத்தேறி மாதரச்ச.. அத்துவுடுங்க அய்யாக்களா ஓங்களுக்குக் கோடி புண்ணியம்.. இந்தாள்ட்டர்ந்து ஒரு சல்லிக்காசு வாணாம்.

எம் பாட்ல வருஷநாடப் பாத்து வண்டியேறிக்கிர்றே.. உண்டான வேலயப் பாத்து ஒரு வா கஞ்சி குடிச்சுச் சீவனப் போக்கிக்கிறே.. இவனே இந்த வூட்டக் கட்டி ஆண்டு அடிமாஞ்சு போகட்டும்..' பேசப் பேச கிழவியின் கைகால்களில் நடுக்கம் கூடியது.

'இந்தாவுலா.. வாத்தயஅளந்து பேசு.. ஆமா.. எந்திரிச்சு வந்தேன்னு வச்சுக்க.. ஒரே எத்துல ஒங்காத்தா குடுத்த சேனையெல்லாம் வெளிய வந்துரும்.. இது ஏ வூடுலா.. ஏஞ் சொய சம்பாத்யத்ல கட்டுனது.. இத நா வப்பே.. விப்பே.. என்னமுஞ் செய்வே.. அதக் கேக்க ஒனக்கு ரைட்டில்ல..'

கண்முன்னே 'கட்டைக்குப் போறதுகள்'வெட்டிக் கொண்டு செத்து விடும் போல் பதறினான் வேலாண்டி. இருவரையும் ஒரே நசுக்காய் நசுக்கி விடுவதைப் போல் பார்த்துக் கொண்டு சொன்னான்.

'ரெண்டு பேரும் வாயப் பொத்துங்க.. நாங்க வர்றதுக்கு முந்தி ஒங்க தோதுக்கு இருந்தீக பேசுனீக மல்லுக்கட்டுனீக.. தௌ;ளுத் தெறிச்சீக.. அம்புட்டும் போகட்டும்.. இப்ப நாங்க சபையாருக வந்துட்டோம்ல.. இதுக்கு மேல ஊன்னு ஒத்த வாத்த பேசக் கூடாது. நாங்க வெளக்கங் கேட்டா ஒழுசு ரெண்டு வேரும் வாயத் தொறக்கக் கூடாது. ஒங்களுக்கு அவயம்னு மூலமூலைக்கு பஞ்சாயத்தப் போட்டுட்டு அண்ண வந்திருக்காரு.. ஆ.. ஊன்னு கத்தாம அவரு சொல்றதக் கேளுங்க பக்கிகளா..' பாதங்களில் ஏறி ஓடும் சுண்டெலியையும் இவர்களையும் மாறி மாறிப் பார்த்துக் கொண்டே சொன்னான் வேலாண்டி.

தெரு ஜனங்கள் பார்க்க ஏதுவாய் முனியப்பன் உட்கார்ந்திருந்தான். கிழவன், கிழவியின் பிரசித்தி பெற்ற சண்டை அன்றைய தினம் ஒரு கட்டப் பஞ்சாயத்தின் மூலம் முடிவுக்கு வரும் என்று அவர்களில் சிலர் யூகித்திருக்கலாம்.

மூன்று முறை உள்ளூர் கவுன்சிலர், ஒரு தடவை தலைவருக்குப் போட்டியிட்டவன் என்கிற மதர்ப்பு முனியப்பனுக்கு இருந்தது.

நெடு வீதியிலும், பக்கவாட்டுச் சந்துகளிலும் சம்மட்டி அடித்து, ஆள் ஆளுக்குக் கங்காய்க் கனிந்து கொண்டிருக்கும் வேளையில் வனைந்து மேவி வெளியேறும் பண்ணரிவாள் போல் அலுங்காமல் முனியப்பன் இருந்தான். அவனது பள்ளக்கால் பட்டரையில் பத்து ஆள் கூலிக்கு வெந்தனர். பதினொன்றாய் இவன் இருந்தாலும்

முதலாளிப் பட்டம் இவனுக்குத்தான் வந்தது. பற்ற வைத்தோ, துருத்தி ஊதியோ, அரிவாள் அடித்தோ கண்டவர் எவருமில்லை.

'கவுன்சிலர்னா மந்திரி மாதிரிண்ணே.. அவரும் ஓட்லதே செயிக்கிறாரு.. நீயும் ஓட்லதேண்ணே ஜெயிக்கிறே.. அந்தஸ்து ரெண்டு பேருக்கும் ஒண்ணுதே.. நாளப் பின்ன கார் வாங்குனா கொடிய நீயும் கட்டிக்கிறலாம்..' ஒருமுறை வேலாண்டி கொளுத்திப் போட்டான்.

அவ்வளவுதான் உடுத்து மாத்துக் கவனம் கூட இல்லாமல் ஓடிக் கொண்டிருந்தான். போலீஸ் ஸ்டேஷன் பழகிய பக்கத்து வீடு போல ஆனது. மாவட்டக் கலெக்டரை சித்தப்பன் பெரியப்பன் முறை வைத்து அழைக்காததுதான் பாக்கி.

'கவுன்சிலரய்யா வாங்க... தலைவரய்யா வாங்க.. செத்த நீங்க வந்தீகன்னாத்தே போலீஸ் கேக்கும்' என்றோ 'கலைக்டர் காது கொடுப்பார்'என்றோ பேச்சுகள் தீவிரம் பெற்றன. பீடியை வலித்துக் கொண்டோ கைலியை ஏற்றிவிட்டுக் கொண்டோ பரலபாக்கியமாய் வந்து அவன் சொல்லும் தீர்ப்புகளுக்காகப் பஞ்சாயத்துகள் காத்திருந்தன. இழவு வீடுகள் கடைசி முகம் காட்டி எடுத்தன. கல்யாண வீடுகள் தாலி எடுத்துக் கொடுப்பதைப் பாக்கியமாய்க் கருதின.

முத்தனம்பட்டி செவன்காளை நிலத்தை ஒட்டுக்க வாங்கி முடித்த போது, பிள்ளையார் பாளையம் 'மெச்சி'க் கொண்டது. 'அருவாப் புள்ளிக்கு எங்குனயோ மச்சம் இருக்கு'என்று காதுக்குக் காது பேச்சுகள் பெருகின.

'ஒரு பிச்சக்கவுன்சிலரு.. பீ பெறக்கிப் பெயலுக்கு எப்பிடிய்யா இம்புட்டுத் துட்டுச் சேந்துச்சு? கொட்டக்குடி ஆத்துல எதும் பொதையல் கிதையல் எடுத்தானாய்யா? அம்புட்டு நெலத்தையுமில்ல வாங்கிருக்கா..' கோகிலாபுரம் பெரிய நாட்டாமை ஒருமுறை அருவா கொள்முதலுக்கு வந்த போது பேசிப் போனார்.

செய்தி முனியப்பன் காதை எட்டியது. வெகுண்டெழுந்தான். குலசாமிக்குச் செய்த பெரிய அரிவாளுடன் கோகிலாபுரம் போய் நின்றான்.

வீராவேசமாய் வந்து நிற்கும் அவனிடம் விழுந்து வணங்காத குறையாக அம்புட்டுப் பெரியமனுஷன் மன்னிப்புக் கேட்டார். தூக்கின அரிவாளைத் தொங்க விட்டுக் கொண்டான் முனியப்பன்.

ஒட்டுப் புல் போலக் கூட வந்த வேலாண்டி, 'விட்டுத்தள்ளுங்க தலைவரே.. ஊர் ஒலகமே மதிக்கிற பெரிய மனுஷன் நாக்குல சனி. நறுக்குனு நாலு வாத்தயப் பேசிப் போட்டாரு.. மனசுல நெனைக்கிறதையெல்லாம் சொல்றது குத்தந்தே.. தலச்சுழி ஆரவுடுது.. அதே மன்னிப்புக் கேட்டுட்டாரே.. வண்டிய வுடுங்க..' என்று சமாதானப்படுத்தினான்.

'இருக்கட்டும்டா.. அதுக்காகப் பிச்சக்கவுன்சிலரு.. பீ பெறக்கிப்பெயன்னு பேண்ட குண்டியக் கழுவாதவனெல்லாம்; பேசுவா அதக் கேட்டுக்கிட்டு கம்முனு வரச் சொல்றியா?..' அரிவாளை முதுகுக்குப் பின்னால் சட்டை மறைப்பில் இறக்கிக் கொண்டு நடந்தான் முனியப்பன்.

‘ஒத்து வாழ்'இல்லையென்றால் அத்துவாழ்! என்பதெல்லாம் முனியப்பனிடம் இல்லை. தந்திரமாகப் பேசி அரை குறையாகப் பிரிந்தவர்களைக் கூட முழுசாக வெட்டி விடுவதில் ஆனந்தம் கொண்டான்.

'அமக்குத்தே ஆரும் சந்தோஷமாப் பேசி சிரிச்சுட்டுப் போனாப் புடிக்காதே..' என்பான் வேலாண்டி.

தன்னைக் கவுண்டமணியாகவும், வேலாண்டியைச் செந்திலாகவும் கருதிக்கொள்ளும் முனியப்பன் நைச்சியமாய்ச் சிரித்துக் கொள்வான்.

நண்பகலை எட்டி விட்டது. மாதா கோயில் மணி ஒன்று இரண்டு என்று அடிப்பதைப் போல் சரியாகப் பன்னிரண்டு மணிக்கு, ‘கடை’யைத் திறந்து விடுவார்கள். நமைச்சல் துவங்கி விட்டது. போகப் போக நிலைமை பரிதாபமாகி விடும். ‘ஊத்திக் கொடுத்தாண்டி ஒரு ரவுண்டு.. இப்ப ஒலகஞ் சுத்துதடி பலரவுண்டு'பாடல் வேலாண்டி நினைவுக்கு வந்தது.

'அடுத்தடுத்த சோலிக கெடக்குண்ணே.. ஆடுக கெடயில மொடங்குன மாதிரி இங்குனயே அடஞ்சு கெடந்தம்னா அங்கங்க காத்துக் கெடக்கிறவக கட்டயத் தூக்கிக்கிட்டு வந்துருவாக.. சட்டுப்புட்டுன்னு பேசிட்டு சள்ளுனு எந்திரிங்கண்ணே..' பரபரத்தான் வேலாண்டி கைகளில் நடுக்கம் பரவியது.

அன்ன ஆகாரம் காணாத கிழங்கள் பச்சைத் தண்ணீரையும் பல்லில் விட்டிருக்கவில்லை. ‘இன்னையோட கத முடியப் போகுது அதுக்குள்ள அவதி தொவதியா அள்ளிப்போட்டு

உசிரக்காப்பாத்தலைன்னாப் போகுது'என்று இருவரும் நினைத்திருக்கலாம்.

ஒருவருக்கொருவர் தாக்காட்டிப் பேசியதெல்லாம் ஒரு காலம் என்றாகி விட்டது. ஆசை அறுபது நாள் மோகம் முப்பது நாள் என்பதெல்லாம் முடிந்து விட்டது. ஒரு வருஷம்; இரு வருஷம் என்று பலவருஷங்கள் பறந்தும் விட்டன.

மலடி, மலடன் பட்டத்தை ஒருவருக்கொருவர் தாராளமாய் வழங்கி ஓய்ந்தும் போனார்கள்.

ஒரு வாக்கில் ஆஸ்பத்திரி ஆஸ்பத்திரியாய் அலைந்தும் பார்த்தார்கள். நம்பிக்கையூட்டி நம்பிக்கையூட்டி நாற்பது ஐம்பது டெஸ்டுகள் எடுத்து, நகை பறிப்புத் திருடர்கள் போல் இங்கிலீஷ்; மருந்துக்காரர்கள் ஆனார்கள். போதாக் குறைக்கு நாட்டு மருந்துக்காரர்களும் வந்து சேர்ந்தார்கள்.

பட்டரை போட்டு அரிவாள் அடித்தான் கிழவன். துருத்தி ஊதினாள் கிழவி, வெக்கையிலும் குளிரிலும், அனலிலும் வெந்து சேர்ந்த காசுகள் உண்ணாம தின்னாம அண்ணாமலையாருக்குக் கொடுத்த கதையாய்க் கரைந்தன. கிழடு தட்டிப் போன பின், இனி எதற்குப் பிள்ளை, நாம் ஒருவருக் கொருவர் பிள்ளைதானே என்று அமைதிகாக்கவும் முடியவில்லை.

பின்னப் பெறகு பாத்து எடுக்க ஆள் இல்லை என்று தவதாயப்பட்டுப் போனார்கள். கருகி, உருகி ஒருவருக்கொருவர் திருகிக் கொண்டார்கள். 'எசக்கத்த பய'என்று கிழவியும், 'ஏலாத மிண்ட'என்று கிழவனும் போர் புரிந்து மேலும் வலுவிழந்து நின்றார்கள். தொட்டதுக்கெல்லாம் குற்றம் என்றானது. வாய்ப்பேச்சு எந்நேரமும் கைப்பேச்சு ஆனது. தெருவே நாலு சுவராகி திமிலோகப்பட்டது.

'ஏ கூதரக் கழுதைகளா.. கொஞ்சமாச்சும் வெக்கம் இருக்கா?.. இப்பத்தே வயசு திரும்புதாக்கும்?.. ரெண்டு பேத்தையும் புடுச்சுப் போட்டேன்னா சாணி சந்தைக்குப் போயிரும்.. ஆமா.. அக்கம் பக்கத்துல மனுஷ மக்க குடியிருக்கவா வேணாமா ஒங்க பாட்ல என்ன வேணாலும் பேசிக்கிறதா.. எப்பிடி வேணாலும் நடந்துக்கிறதா.. மான அவமானத்துக்கு அஞ்சாத ஜென்மங்க..' எதிர்வீட்டு நாகம நாயக்கர் இருவருக்குமிடையில் வந்து நிற்பார். ஆளுக்கொரு பக்கம் தள்ளி விடுவதைப் போல் தான் அவரது விலக்குதல் இருக்கும்.

அவரது சம்சாரம் சீரங்குவும் யாருக்கோ வந்த வினை என்று போய் விடுவதில்லை. குடுகுடுவென்று புருஷன் பின்னால் ஓடிவந்து விடுவாள். ஒன்று கிடக்க ஒன்று ஆகிவிட்டால் போலீஸ், கோர்ட்டு என்று சாட்சி சொல்ல இழுத்துப் போய் விடுவார்கள் என்கிற பயம் இருவருக்கும் இருந்தது.

'இவ தூங்கும் போது கல்லத் தூக்கி மண்டைல போட்டுட்டுக் கொன்னுட்டு செயிலுக்குப் போயிடுவே' உச்சத்தில் உளறிக் கொட்டுவான் கிழவன்.

'இவனுக்கு ஒரு கல்லு கெடச்சா எனக்கு ஒண்ணு அருவுகமா? போடா சப்பழிஞ்சுன்னுட்டு நானும் உள்காட்டுக்குப் போயிருவே..' கிழவி ஓங்கார சொரூபியாக நிற்பாள்.

கடைசியில், கிழவன் ஜெயிலுக்கும் போகவில்லை. கிழவி உள்காட்டிற்கும் ஓடவில்லை. கட்டக்கடைசி வரை ஒற்றை வீட்டில் தான் முட்டி மோதிக் கொண்டு காலங் கடத்தினார்கள். அதற்கும் இப்போது ஒரு முடிவு காணும் நேரம் வந்து விட்டது.

முனியப்பன் வாகாய் உட்கார்ந்து கொண்டான். இறுதியாக அவன் என்ன சொல்லப் போகிறான் என்கிற பதை பதைப்பு இருவருக்கும் இருந்தது. என்றாலும் அவனது தீர்ப்பு முறை எப்போதும் போல் விலகலை மையப் படுத்தியே வரும் என்று கிழவன் நம்பினான். கேள்விப்படுவதும் நடப்பதும் அதுவாகத்தான் இருக்கிறது. கிழவியும் அதைத்தவிர வேறொன்றையும் எதிர்பார்க்கவில்லை.

வேலாண்டி இந்த நாட்டாமை தீர்ப்புக்காக நாக்குச் சப்புக் கொட்டக் காத்திருந்தான். எண்ணி நீட்டினால் எக்கேடு கெட்டும் போய்த் தொலையட்டும் என்று விட்டு விடலாம். அடுத்த பஞ்சாயத்துக்குப் போகுமுன் 'அளவாக'ப் போட்டுக் கொள்ளலாம். அதற்கான தண்ணிபாட்டில், ஊறுகாய் மட்டை, நொறுக்குத் தீனி, கறி கந்தல் என்று மனம் தாவியது.

கள்ளி ஜிப்பா மேல் கிடந்;த துண்டை எடுத்து முகத்தை அழுந்தத் துடைத்துக் கொண்டான் முனியப்பன். கிழவனையும், கிழவியையும் புதுசாகப் பார்ப்பவனைப் போல் கண்களை ஓடவிட்டான். ஏனோ ஆண்டைக்கு நடுங்கும் பண்ணையாள் போல் சடக்கென்று துண்டைக் கக்கத்தில் இடுக்கிக் கொண்டான். கால்களால் உடம்பை ஒரு எம்பு எம்பி சிலிர்த்துக் கொண்டான்.

தீர்ப்புச் சொல்லுமுன் இவ்வித ஆயத்தங்கள் அவனுக்குத் தேவை போலும்.

'எந்த ஒன்னையும் வெட்டி வுடுறது ஈஸி வளக்குறது கஷ்டம்.. அது மரமாருந்தாலுஞ் சரி; மனுஷப் பொழப்பாருந்தாலுஞ் சரி..' தொண்டை கரகரத்தது. செருமி சரி செய்து கொண்டான். நாடோடி மன்னன் எம்ஜிஆர் போல மறுபடியும் மூக்கைச் சுண்டிக் கொண்டான்.

'சின்னஞ் சிறுகளப் பிரிச்சு விட்டா அவகவக தோதுக்குப் பொழப்போட்டிருவாக... அவகளுக்கு வயசிருக்கு வாலிபம் இருக்கு.. ஒழைக்கத் தெம்பும் இருக்கு.. ஆனா வயசுபோனவுகளப் பிரிச்சுவுடுறது பாவம்..'

வேலாண்டிக்கு அவனைப் பார்;க்கவே பயமாயிருந்தது. ‘இவனுக்கு என்னா ஆச்சு?.. இவெ பழய முனியப்ப மாதிரி இல்லியே.. எதும் பேயீ கீயி அடிச்சிருச்சா?.. எளசா இருந்தா என்னா முத்துனதா இருந்தா என்னா.. அமக்குத் தேவ துட்டு.. அத்து வுட்டுட்டுப் ஆரோ எவரோன்னு போக மாட்டாம.. இந்தத் தோரணை எல்லாம் அமக்கெதுக்கு?’

முனியப்பன் தீர்மானமாகச் சொன்னான்: 'படகோட்டி படத்துல ஒரு பாட்டு வரும்.. எம்ஜிஆர் சரோஜாதேவியப் பார்த்துப் பாடுவாரு.. 'நா ஒரு கொழந்த நீ ஒரு கொழந்த ஒருத்தர் மடீல ஒருத்தர்னு' இத ஒங்க வயசுக்கு ஆயிரம் தடவ ஐயாயிரம் தடவயாவது கேட்ருப்பீங்க.. அதே ஏந்தீர்ப்பு இப்பருக்க நெலமயில ஒங்கள்ல ஆரு பிரிஞ்சாலும் வச்சுக் காப்பாத்த நாதியில்ல.. சின்னாத்தா வருஷ நாட்டுக்குப் போனாலும் சீப்பட்டுச் சின்ன கழுத மேல ஏறிருவா.. அவெ அம்போன்னு வுட்டுட்டுப் போயிட்டா சித்தப்பு ஒங்கதியும் அதேதா.. அந்தல சிந்தல ஆகி அநாதப் பொணமாத்தேஞ் செத்துக் கெடப்பே.. அதோட இம்புட்டுக்குப் பொறகு நீங்க ஒரு புள்ளயவும் பெற முடியாது; ஒரு குட்டியவும் பெற முடியாது.. அப்படி அதிசயமாப் பெத்தாலும் வச்சுக் காப்பாத்த வயசில்ல.. கம்பூண்ற காலத்துல கம்புதே தொணையா இருக்கும்.. புள்ளைக தொல்லையாப் போயிடும். அதுனால சண்ட சச்சரவ இன்னியோட வுட்டுட்டு கொறக் காலத்த நிமுதியா ஓட்டப் பாருங்க..' உள்ளுணர்வில் எழும்பிய உண்மைத் தீர்ப்பால் நிம்மதிப் பெருமூச்சு விட்டபடி எழுந்தான் முனியப்பன்.

- பேசும் புதிய சக்தி - 2022

www.ingramcontent.com/pod-product-compliance
Lightning Source LLC
LaVergne TN
LVHW090421051026
849518LV00006B/2402
9788119176243